சந்தியா
பதிப்பகம்

எழுத்தாளர் பாரதிநாதன் சேலம் மாவட்டம் ஜலகண்டாபுரத்தை சேர்ந்தவர். தற்போது சென்னையில் வசிக்கிறார். நீண்ட காலம் தொழிற்சங்கம் மற்றும் மார்க்சிய லெனினிய இயக்கங்களில் பங்கு பெற்று வர்க்கப் போராட்ட அனுபவங்களை பெற்றிருக்கிறார். இவர் இதுவரை 15க்கும் மேற்பட்ட புத்தகங்களை எழுதியிருக்கிறார். அவை நாவல்கள், சிறுகதை, கவிதை தொகுப்பு மற்றும் கட்டுரைகள் என்ற விரிந்த தளத்தில் இருக்கின்றன. இவரது முதல் நாவலான 'தறியுடன்...' திரைப்படமாகி இருக்கிறது. இயக்குனர் வெற்றிமாறன் தயாரிப்பில், இயக்குனர் மணிமாறன் இயக்கத்தில், 'சங்கத்தலைவன்' என்ற பெயரில் வெளிவந்தது. இவரது மார்க்சியத்தை எளிமையாக விளக்கும் புத்தகங்கள் பல்வேறு இடதுசாரி இயக்கங்களில் அரசியல் வகுப்புக்கென பயன்பட்டுக் கொண்டிருக்கின்றன. மேலும், வாசகர்கள் மத்தியில் இவரது நூல்கள் மிகுந்த வரவேற்பை பெற்றுக் கொண்டிருக்கின்றன. சுமார் பத்தாண்டுகளாக எழுதி வரும் இவர் குறிப்பிடத்தக்க மார்க்சிய எழுத்தாளர் ஆவார்.

பொருள்முதல்வாதம் என்றால் என்ன?

இரா. பாரதிநாதன்

சந்தியா பதிப்பகம்
சென்னை - 83

பொருள்முதல்வாதம் என்றால் என்ன?

© இரா.பாரதிநாதன்

முதற்பதிப்பு: 2023

அளவு: டெமி ● தாள்: 60gms ● பக்கம்: 104
அச்சு அளவு: 11 புள்ளி ● விலை: ரூ.125/-
அச்சாக்கம்: அருணா எண்டர்பிரைசஸ்
சென்னை - 40

சந்தியா பதிப்பகம்
புதிய எண்: 77, 53வது தெரு, 9வது அவென்யூ
அசோக் நகர், சென்னை - 600 083.
தொலைபேசி: 044-24896979

ISBN: 978-93-95442-86-2

Porulmuthalvaatham Endral Enna?

© Era. Bharathinathan

Printed at A S X Pvt. Ltd.,
Chennai - 40.

Published by
Sandhya Publications
New No. 77, 53rd Street, 9th Avenue,
Ashok Nagar, Chennai - 600 083.
Ph: 044-24896979

Price Rs.125/-

sandhyapublications@yahoo.com
sandhyapathippagam@gmail.com

www.sandhyapublications.com

SAN-1101

உள்ளே...

1. பொருள் என்றால் என்ன? ✿ 7

2. பொருள்முதல்வாதம் என்றால் என்ன? ✿ 49

3. பொருள்முதல்வாதத்தின் தோற்றமும் வளர்ச்சியும் ✿ 79

அத்தியாயம் - 1

பொருள் என்றால் என்ன?

பொருள்முதல்வாதம் என்றால் என்ன? என்று தெரிந்து கொள்வதற்கு முன், பொருள் என்றால் எதை சொல்வது? என்பதை தெரிந்து கொள்வது சிறப்பாக இருக்கும்.

பார்வையற்றவர்கள் யானையை தடவிப் பார்த்து வர்ணித்தது போல சிலர் இதுதான் பொருள் என்று அறுதியிட்டு கூறுவதில் பலவிதமாக குழப்பி வைத்திருக்கிறார்கள்.

எது பொருள்? அதற்கு வடிவம் இருக்கிறதா? உருண்டையா, தட்டையா? அதன் நீள அகலம் என்ன? இப்படி இருந்தால் தான் அது பொருள். இல்லையென்றால் பொருள் இல்லை. அப்படியெல்லாம் சொல்ல இயலுமா? அல்லது நாம் என்ன நினைக்கிறோமோ அதுதான் பொருள் என்று எடுத்துக் கொள்ளலாமா? பொருளுக்கு நிறம் இருக்கிறதா? இருந்தால் அது என்ன நிறம்? கறுப்பா, சிவப்பா, வெளுப்பா?

பொருள் பிசுபிசுப்பா இருக்குமா? இரும்பு போல் கனமாக இருக்குமா? மென்பொருள் என்று கூறுகிறார்களே அதுதான் பொருளா?

ஆன்மீகவாதிகள் பரம்பொருள் என்று சொல்கிறார்களே அதுதானா? பொருள் இல்லார்க்கு இவ்வுலகம் இல்லை என்று காசு பணத்தை குறிப்பிடுகிறாரே வள்ளுவர்.

எனவே, பொருள் என்றாலே காசுபணம் என்பதுதானா? அல்லது தங்கநகை, வைரம், வைடூரியம் இதெல்லாம் தான் பொருளா?

அதே வள்ளுவர்

'எப்பொருள் யார்யார் வாய் கேட்பினும்
அப்பொருள் மெய்பொருள் காண்பதறிவு'

என்கிறாரே. அப்படியானால் பொருளில் மெய்பொருள், பொய்பொருள் என்றெல்லாம் இருக்கிறதா?

இப்படி பலவாறாய் யோசித்துக் கொண்டு தேடலில் ஈடுபடுவது மனிதராய் பிறந்த ஒவ்வொருவருக்கும் இருக்கிறது. வரலாற்றில் நீண்ட நெடுங்காலமாய் பொருளை பற்றிய தேடலில் பலரும் பலவிதமான பொருட்களை பற்றிய தாங்கள் தெரிந்து கொண்டதை சொல்லியும் எழுதியும் வைத்திருக்கிறார்கள்.

அவற்றில் உண்மையும் இருக்கிறது. புருடாவும் இருக்கிறது. மனிதன் இரண்டையும் அறிந்து வைத்திருக்க வேண்டும். ஏனெனில், இந்த இரு எதிர்நிலைகளை உள்ளடக்கியதே பொருளைப் பற்றிய உண்மையான தேடல்.

இதுதான் பொருள் என்பதை நாம் அறிந்து கொள்ள பலரும் சொல்லி வைத்திருப்பதை நாம் தெரிந்து கொள்ள வேண்டும். ஏன்? எதற்காக என்ற கேள்வி ஞானத்தினால் தான் நாம் உண்மையை அறிய முடியும்.

இல்லாவிட்டால் தவறான எண்ணம் நம் சிந்தனையில் விதைக்கப்பட்டு விடும். இதுதான் பொருள் என்று மெய்யாக தெரிவதற்கு முன்பே நம் வாழ்நாள் முடிந்து விடும்.

கொலம்பஸ் அமெரிக்காவை கண்டுபிடித்து விட்டு இதுதான் இந்தியா என்று சொல்லியது மட்டுமல்ல. உண்மையான இந்தியா எதுவென்று அறியாமல் இறந்து போனான் என்று சொல்வார்கள்.

எனவே, பொருளின் உண்மையான அர்த்தம் அறிய நமக்கு கேள்வி ஞானத்துடன் கூடிய தேடல் வேண்டும். இல்லையென்றால் நாம் கொலம்பஸ் போல குழம்பி தவறு செய்வோம். அந்த குழப்பத்திலே நம் ஆயுள் முடிந்து விடும்.

இப்படியெல்லாம் பொருளைப் பற்றிய உண்மையை நாம் கஷ்டப்பட்டு தேட வேண்டுமா? இதனால், நமக்கு என்ன உபயோகம்? என்று சிலர் நினைக்கலாம்.

அப்படி தெரிந்து கொள்ளா விட்டால் பல ஏமாற்றங்களை சந்திக்க வேண்டியிருக்கும். ஏமாற்றுக்காரன் தன் சுயநலத்துக்காக, தன் தலைமுறைகள் சுகமாக வாழ வேண்டும் என்பதற்காக நம்மை ஏய்த்து கொண்டிருப்பான்.

இந்த ஏய்த்தல் நமக்கு மட்டுமல்ல அப்பாவிகள் பலருக்கும் வழி வழியாக தொடரும்.

எனவே, இதுதான் பொருள் என்று தேடியறிவது மானுட வாழ்க்கைக்கு மிக முக்கியமானது.

நமக்கு நம் வீட்டை தவிர கற்றுக் கொடுக்கும் நிறுவனம் எதுவென்று எடுத்துக் கொண்டால் நாம் படித்த பள்ளிதான். அது அரசுப்பள்ளி அல்லது தனியார் பள்ளி எதுவானாலும் நமக்கு மொழியின் அட்சரம் கற்றுக் கொடுக்கப்படுகிறது.

போகப் போக பலதுறைகளைப் பற்றிய பலவிஷயங்கள் அரசுப் பாட திட்டத்தின் மூலமாக் கற்பிக்கப்படுகிறது. அவற்றில், பொருள் என்பதற்கான வரையறை இதுதான் என ஆசிரியர்கள் சொல்லிக் கொடுத்திருக்கிறார்களா?

நிச்சயம் இல்லை. நாம் பள்ளியில் கற்றுக் கொண்ட பாடங்களை மறுபரிசீலனை செய்தால் நன்றாகவே தெரியும் அவை குழப்பமானவை என்று.

ஏனெனில், அவற்றில் அறிவுப் பூர்வமான கற்பித்தல் இல்லை. திட திரவ வாயு நிலைகளை கொண்டது பொருள் என்கிறார்கள். பொருளுக்கு புவி ஈர்ப்பு விசை இருக்கிறது என்கிறார்கள். ஆனால், இது உண்மை என்று கூறிவிட்டு இதற்கு மாறான புராண கட்டுக் கதைகளை கூறுகிறார்கள்.

ஒரு தமிழாசிரியர் இருக்கிறார். அவருக்கு பட்டிமன்றம் நடத்துவது பணவருவாயாகவும் பொழுதுபோக்காகவும் இருக்கிறது.

அவர் கூறுகிறார் 'வள்ளுவரின் மனைவி வாசுகி மிகுந்த பத்தினித் தன்மை உடைய பெண். அவர் ஒருமுறை கிணற்றில் தண்ணீர் சேந்திக் கொண்டு இருந்தார். கணவன் வீட்டுக்குள்ளிருந்து அவசரமாக அழைத்த சமயத்தில் தன்னுடைய நீர் இறைக்கும்

வேலையை அப்படியே நிறுத்தி விட்டு ஓடோடி கணவனிடம் வந்தார். அவர் நீர் இறைத்த வாளி அப்படியே அந்தரத்தில் நின்றது' என்று பேசுகிறார்.

பூமிக்கு புவி விசை இருக்கிறது அறிவியல் ஆசிரியர் சொல்லி விட்டு போகிறார். அந்த ஈர்ப்பு விசை இருப்பது உண்மையானால் வாசுகி நீர் இறைத்துக் கொண்டிருக்கும் வாளி எப்படி அந்தரத்தில் எந்த பிடிமானமும் இல்லாமல் நிற்கும்? என்று நாம் தலையை பிய்த்துக் கொள்ள வேண்டும்.

ஒருஆசிரியர் சொல்லி தருவதற்கும் இன்னொரு ஆசிரியர் சொல்லி தருவதற்க்கும் ஏன் இந்த கடுமையான முரண்பாடு?

அதேசமயத்தில், பரம்பொருள் பற்றி அது இல்லையென மணிக்கணக்கில் வகுப்பெடுக்கும் அதே அறிவியல் ஆசிரியர் தான் குடும்பத்துடன் போய் திருப்பதிக்கு மொட்டை போட்டுக் கொண்டு வருகிறார்.

ஆசிரியர்களே இப்படியிருந்தால் மாணவனுக்கு பொருளைப் பற்றிய உண்மை எப்படி விளங்கும்? அதே சமயம், உயிருக்கு ஆபத்தான நிலையில் இருக்கும் ஒரு நோயாளியை மருத்துவரிடம் அழைத்துச் சென்றால், அவர் மருத்துவம் பார்த்து விட்டு, இனி என் கையில் எதுவும் இல்லை கடவுள் கையில் தான் இருக்கிறது அல்லது பரம்பொருள் கையில் இருக்கிறது என்கிறார்.

மருத்துவ துறை என்பது அறிவியல் பூர்வமானது. இன்ன வியாதி வந்தால், இன்ன வைத்தியம் செய்ய வேண்டும் என்ற உண்மையான பொருள் பொதிந்த படிப்பை படித்து விட்டு டாக்டர் ஏன் பரம்பொருளை குறிப்பிட வேண்டும்?

இன்னொரு தரப்பு சொல்கிறது 'காசுதான் கடவுள்' என்று. பணம் என்ற பொருளினால் இந்த உலகத்தையே விலைக்கு வாங்கி விட முடியுமா?

அது சாத்தியமா? அது சாத்தியம் என்றால் உலகின் பெரும் கோடீஸ்வரர் அதானி போன்றவர்கள் இந்நேரம் பூமியை வாங்கியிருக்க மாட்டார்களா?

மனிதான் தான் நினைத்தால் இந்த உலகத்தில் எதையும் விலைக்கு வாங்கி விட முடியுமா? அவனை சார்ந்துதான் பொருள் இருக்கிறதா? இப்படி ஏராளமான கேள்விகள் நம் முன்னால் நிற்கிறது அல்லவா?

இந்த கேள்விகளுக்கு விடை காணா விட்டால் ஏய்க்கிற வர்க்கம் எதையாவது சொல்லி ஏமாற்றி விடக் கூடும். அது நம் வாழ்க்கையை கெடுத்து விடும்.

இந்த உலகில் ஒவ்வொரு மனிதனும் தான் வாழக் கடுமையாக போராடுகிறான்.

அவனுக்கு குடும்பம் இருக்கிறது. மனைவி, மக்களை நல்லபடியாக கவனித்துக் கொள்ள வேண்டும் என்ற கடமை இருக்கிறது. அந்த கடமையை சரிவர செய்ய முடிகிறதா? என்ற எண்ணம் ஒவ்வொருவருக்குள்ளும் எழுகிறது.

நாள் முழுக்க கடுமையாக உழைத்தாலும் கூட நமது எளிய வாழ்க்கைக்கான் தேவைகள் நிறைவேறுகின்றனவா? என்றால், இல்லை என்றுதான் கூற வேண்டியிருக்கிறது.

கம்யூனிசம் ஓர் எளிய அறிமுகம் என்ற நூலிலிருந்து..

இதெல்லாம் தெரிந்ததுதானே! இதற்கும் நமது பொருளுக்கான தேடலுக்கும் என்ன சம்பந்தம் இருக்கிறது? நிச்சயம் இருக்கிறது. பொருளுக்கான தேடலில் நாம் உண்மையை அறிந்து கொள்ள வேண்டுமெனில், மானுட வாழ்வின் சிக்கலையும் அந்த தேடலில் வைத்து புரிந்து கொள்ள வேண்டும்.

இப்போது மட்டுமல்ல, ஆதிகாலத்திலிருந்தே மனிதன் வாழ்க்கைக்கான தேடலில் பொருளைப் பற்றிய முடிவை அவனுக்கு புரிந்த வகையில் விளக்கியிருக்கிறான்.

அவற்றில் கூட எல்லா மனிதனும் ஒத்தக் கருத்தை கொண்டிருக்கவில்லை. பரம்பொருள் நம்மை ஆட்டுவிக்கிறது? நம் தலையில் ஏற்கனவே எழுதப்பட்டு விட்டது என ஒருவன் கூறுகிறான்.

இன்னொருவன் அப்படியெல்லாம் இல்லை நம்மை இன்னொருவன் சுரண்டுகிறான் என்கிறான்.

இந்த இரண்டு விஷயங்களும் ஒருகுறிப்பான பொருளைப் பேசுகிறது. ஆனால், ஒன்றுக்கொன்று நேரெதிராக முரண்படுகின்றன.

இப்படி யோசித்தால் மேலே நாம் பார்த்த இரண்டு மனிதர்களில் யார் சொல்வது உண்மை என அறிய வேண்டுமென தோன்றுகிறதல்லவா? இதுவும் பொருளுக்கான தேடல் தான்.

எப்படி என்ற கேள்வி எழுகிறதல்லவா?

முதலில், யார் அந்த பரம்பொருள். அது மனிதனா? அல்லது கடவுளா? அதுவும் இல்லையென்றால் அருவமான ஒன்றா? அது அல்லது அவர் எப்படி உலகில் பிறக்கும் எல்லா மனிதர்கள் தலையிலும் இன்னார் இப்படித்தான் இருக்க வேண்டும் என்று எழுத முடியும்?

பொருளுக்கான தேடலில் இவ்வளவு விஷயங்கள் இருக்கிறதா? என்ற மலைப்பு தோன்றுகிறதல்லவா?

உண்மையான தேடுதல் என்பது எவ்வளவு எளிதாக நமக்கு கை வருவதில்லை. ஏனெனில், நாம் அறிவியல் பூர்வமாக தேடலில் ஈடுபட கற்பிக்கப்படுவதில்லை. வெறும் மனப்பாட கிளிப்பிள்ளைகளாய் வளர்க்கப்பட்டிருக்கிறோம். கற்றலுக்கான அறிவியலை நமக்கு தராமல் பொருளற்ற அஞ்ஞானம் தந்திருக்கிறார்கள்.

முதலில், இதை புரிந்து கொள்ள வேண்டும். நாம் நினைத்தது பொருள் என்றால் என்ன? என்பது பற்றி அல்லவா?

ஆனால், அதை நேரடியாக தெரிந்து கொள்ள விடாமல் ஏதேதோ விஷயங்கள் குறுக்கே வருகின்றனவே. என்ன இது குழப்பமாக இருக்கிறதே என்ற சலித்துக் கொள்ளாதீர்கள்.

உண்மையில் பொருளைப் பற்றிய உண்மையை தெரிந்து கொள்ள கொஞ்சம் முயற்சியும் பயிற்சியும் தேவை.

அப்படியிருந்தால், பொருள் என்றால் என்ன? என்பதை அறிந்து கொண்டால், உங்களுக்கே விளங்கி விடும், நாம் எவ்வளவு அற்புதமான விஷயத்தை அறிந்திருக்கிறோம். நமது அறிவு எவ்வளவு தூரம் விசாலப்பட்டு இருக்கிறதென்று.

ஆம், மனிதன் உலகத்தைப் பற்றிய அறிவை பொருள் என்பதை தெரிந்து கொள்வதால், வளர்த்துக் கொள்ள முடியும். இந்த செயல் மானுட பிறவியைப் பற்றி அர்த்தம் உங்களுக்கு புரிந்து விடும்.

இதற்கு பின்னால், யாரும் உங்களை மூட நம்பிக்கைகளை சொல்லி ஏமாற்ற முடியாது. அவர்களின் பிற்போக்கு தனத்தை நீங்கள் எள்ளி நகையாடும் அளவுக்கு வளர்ந்து விடுவீர்கள்.

உங்களை அறிவுக்கான போட்டியில் இன்னும் சொல்லப் போனால் வாதத்தில் வெல்ல முடியாது.

சிலர் பொருள் நமக்குள்ளே தான் இருக்கிறது. அதை வெளியில் தேட வேண்டாம் என்பார்கள். தனக்குள்ளே தேடித் தேடி அடைவதுதான் ஞானப் பொருள் என்பார்கள்.

அப்படி தன்னை உள்ளுக்குள் தேடி உயர்ந்த ஞானத்தை அடைந்த நபர்கள் பரம்பொருளுக்கு ஒப்பானவர்கள் இப்படியெல்லாம் சொல்லப்படுகிறது. அதற்கு உதாரணமான ஆன்மீகவாதிகள் சிலரைக் கூறுவார்கள்.

புத்தர், மகாவீரர் என்றெல்லாம் அவர்கள் பட்டியல் நீளும். இவர்களெல்லாம் ஞானமெனும் பொருளைத் தேடி தன் வீட்டு மொட்டை மாடியில் உட்கார்ந்து யோசிக்கவில்லை,

வீட்டை துறந்தார்கள். மனையாளை துறந்தார்கள். தனது நாட்டையும் துறந்து தேசாந்திரம் செய்தார்கள். அப்படி பரதேசியாய் அலைந்து தான் ஓய்வாய் மரத்தடியில் அமர்ந்து ஞானம் என்ற பொருளை அடைந்தார்கள்.

இதுதான் உண்மை. அப்படியானால், ஞானம் தனக்குள்ளே இருக்கிறது என்பது பொய் தானே.

அப்படியானால், தாங்கள் பெற்றதாக சொல்லப்படும் ஞானத்தை பற்றி அவர்கள் ஏன் பொய்யான வாக்குமூலம் தர வேண்டும்? ஆதிசங்கரர் கூட தான் பரம்பொருளை கண்டடைந்தாக சொன்னாரே.

அந்த பரம்பொருள் எங்கே இருக்கிறது? கேட்டால், உனக்குள்ளே தான் இருக்கிறது தேடு என்பார்கள்.

அந்தரத்தில் திரிசங்கு சொர்க்கம் என்ற நிலையில் இருந்து பொருளை தேட முடியாது. பொருள் இல்லாமல் மனிதன் சிந்திக்கவே முடியாது. உதாரணமாக கூற வேண்டுமானால் மூளை என்ற பொருள் இல்லாமல் எந்த மனிதனாலும் சிந்திக்க முடியாது.

அப்படியானால் மூளைதான் கற்பனையாக எல்லாவற்றையும் தருகிறது என்ற முடிவுக்கு வந்து விட வேண்டாம். மூளை தனது எண்ணங்களை எங்கிருந்து பெறுகிறது?

அது மனிதகுலம் உற்பத்தி நடவடிக்கைகளில் இருந்து எண்ணங்களை பெறுகிறது. உற்பத்திக்கு தேவையான பொருட்களை உபயோகிப்பதன் மூலம் மனிதன் எண்ணங்களை பெறுகிறான்.

அப்படியானால், பொருளை வைத்துதான் சிந்திக்கவே முடிகிறது என்பது உறுதியானால் உள்ளுக்குள் தேடு ஞானம் என்ற பொருள் கிடைக்கும் என்று ஆதிசங்கரன் உள்ளிட்ட ஞானிகள் கூறுவது தவறு அல்லவா?

எனவே, உள்ளுக்குள் தேடினால் எப்படி பொருளை கண்டு கொள்வது? இப்படி கேட்டுப் பாருங்கள்.

பொருள் என்பது மனித சிந்தனைக்கு வெளியே இருக்கிறது என்பது புலப்படும்.

எனவே, பொருள் என்பது நாம் தானாக நினைத்துக் கொள்வதால் கிடைப்பது அல்ல. நம் எண்ணங்களுக்கு வெளியே உள்ளது. அது இருப்பதால் தான் நம்மால் சிந்திக்கவே முடிகிறது.

பொருள் இருப்பதால் தான் சிந்தனை செய்ய முடிகிறது என்றால் இந்த பிரபஞ்சத்தில் இருக்கும் கோடிக்கணக்கான பொருட்கள் எப்படி வந்தது?

ஆதிசங்கரன் கூறுகிறார் எல்லாமும் பரம்பொருள் உருவாக்கியது. அப்படியே வைத்துக் கொண்டாலும் பொருள் தான் உலகத்தின் தோற்றத்திற்கு காரணம் என்று நாம் நினைக்க வழி இருக்கிறதல்லவா?

அதேசமயம் ஆன்மீகவாதிகள் சொல்ல கூடும். நாங்கள் சொல்வதும் இதுதான், பரம்பொருள் தான் இந்த உலகத்தை உருவாக்கியது என்று.

நாம் அவர்களுக்கு சொல்வது நீங்கள் சொல்லும் பரம்பொருள் உண்மையென்றால், அதற்கு ஒற்றை பரிமாணம் இருக்க முடியாது. பொருளுக்கு பல பரிமாணங்கள் இருக்கின்றன.

பொருள் மனித சிந்தனைக்கு வெளியே இருப்பது மட்டுமல்லாமல் அது எங்கே உயிர் வாழ்கிறது? என்பதற்கான சாற்றாதாரங்கள் தேவை. ஏனெனில், எந்த ஒரு பொருளும் காலத்திலும் களத்திலும் இருக்க வேண்டும்.

உதாரணமாக, பொருள் இருக்க இடம் வேண்டும். அது எந்த காலத்தை சேர்ந்தது? என்ற வரையறை வேண்டும்.

பரம்பொருளுக்கு ஆதி அந்தம் கிடையாது. அதேபோல் பிறப்பு இறப்பு இல்லை என்று ஆன்மீகவாதிகள் சொன்னால் அது நம்பத்தக்கது அல்ல. அதேபோல் பரம்பொருளுக்கு யார் மூலம் என்பது தெரிய வேண்டும்.

காலமும் களமும் இல்லாமல் பொருள் ஜீவித்திருக்கிறது என்று சொன்னால் அது நகைப்புக்குரியது அல்லது நம்மை ஏமாற்றும் வேலை என்றுதான் எடுத்துக் கொள்ள வேண்டியிருக்கும்.

இப்போது புரிகிறதா? பொருள் என்றால் என்ன? என்பதை ஆளாளுக்கு குழப்பி வைத்திருக்கிறார்கள் என்பது.

இவர்கள் திட்டமிட்டு குழப்புகிறார்களா? அல்லது தெரியாமல் குழப்புகிறார்களா? என்ற கேள்வியை கேட்டுக் கொண்டால் நிச்சயம் தெரிந்தேதான் குட்டையை குழப்புகிறார்கள்.

அவர்கள் அப்படி செய்வதற்கான நோக்கம் என்ன? இந்த ஞானிகள் எல்லாம் எல்லாவற்றையும் துறந்தவர்கள் அல்லவா? அனைத்தையும் விட்டு விட்டு மனித குலத்தவருக்காக சிந்தித்தவர் பற்றி அவதூறு பரப்பலாமா?

இப்படி நீங்கள் கேட்கலாம். அவற்றுக்கு பின்னே ஒருவர்க்கத்தின் நலன் இருக்கிறது என்று சொன்னால் நீங்கள் நம்புவீர்களா? ஆம். அதுதான் நிச்சயமான உண்மை.

முற்றும் துறந்தவர்கள் என்று இங்கே யாரும் கிடையாது. அப்படி சொல்வது மிகப் பெரிய ஏமாற்று வேலை.

முற்றும் துறந்தவர்கள் என்றால் தினமும் உணவை தவிர்க்க முடியுமா? அப்படி தவிர்த்தால் மரணம் தான் சம்பவிக்கும். செத்த பிணத்தை வேண்டுமானால் முற்றும் துறந்த ஜடப் பொருள் என்று கூறலாம்.

எனவே, உண்ணவும் உடுக்கவும் தங்கவும் ஞானிகள் கூட யாரோ ஒருவரை சார்ந்துதான் தீர வேண்டும். அவர்களின் இந்த சார்பு நிலைதான் அவர்களது வர்க்க நோக்கத்தை அம்பலப்படுத்துகிறது.

இதனால் தான் கூறுகிறோம் பொருள் என்பதற்கான உண்மையான அறிவை நமக்கு தராமல் ஞானிகள் குழப்பிக் வைத்திருக்கிறார்கள் என்று.

எனவே, பொருள் என்றால் என்ன? என்பதை சரியாக நாம் அறிய வேண்டுமென்றால் நாம் நமக்குள் பல கேள்விகளை எழுப்பிக் கொண்டு அதற்கான விடைக்காக மெனக் கெட வேண்டும்.

இது ஏதோ வேண்டாத வேலை என்று நினைக்காதீர்கள். தேடலில் நுழைந்தால் சமூகம் இதுதான் நாம் செய்யும் அல்லது செய்ய வேண்டிய உருப்படியான வேலை என்ற அறிவை நிச்சயமாக கொடுக்கும்.

அந்த அறிவு வாழ்க்கையில் நாம் எவ்வளவு தூரம் ஏமாற்றப்பட்டு இருக்கிறோம் என்பதெல்லாம் புலப்படுத்தும். இந்த ஏமாற்றுத்தனத்தை நாம் புரிந்து கொள்வது மிக அவசியம்.

இரா. பாரதிநாதன்

இது நமக்கு மட்டுமல்ல, நம் வம்சா வழியினரையும் அறிவு பூர்வமானவர்களாக மாற்றும். சமூகத்தில் உள்ள மூட நம்பிக்கைகளை நாம் களைந்தால் தான் சந்தோசமாக வாழ முடியும்.

பரம்பொருள் என்பது எவ்வளவு பெரிய மூடத்தனம் என்றால், முதலில் பொருள் வாழ ஓரிடம் வேண்டும். அது எந்த காலத்தை சேர்ந்தது என்பதும் தெரிய வேண்டும். இது இல்லாவிட்டால் அது உட்டாலக்கடி வேலை என்பது புரிந்து விடும்.

நீங்கள் யாரையாவது பார்த்தால் முன்பின் தெரியாதவராக இருந்தால், உங்கள் பெயர் என்ன? எங்கே வசிக்கிறீர்கள்? என்று கேட்பீர்கள் அல்லவா?

அந்த மனிதனுக்கு என்ன வயதிருக்கும்? என்று அடுத்ததாய் யோசிப்பீர்கள். கொஞ்சம் நெருக்கமானால் வாய்விட்டு கேட்டு விடுவீர்கள்! அடுத்து அவர் உயிர் வாழ என்ன வேலை செய்கிறார்? என்பதும் கூட அறிய முயற்சி செய்வீர்கள் தானே.

எனவே பொருள் என்றால் என்ன? என்பதை ஆழமாக பயில்வோம். முதலில், நமக்கு தெரிய வருவது பொருள் மனிதனின் சிந்தனைக்குள்ளிருக்கிறது என்பது பொய். அது அவனது சிந்தனைக்கு வெளியேதான் இருக்கிறது என்பது தெரிந்து கொண்டோம்.

இந்த பொருள் என்பது உண்மையில் எதைக் குறிக்கிறது? நம் உணவையா? உடுத்தும் உடையையா? வீட்டையா? இப்படி எதை பொருள் என்று சொன்னால் சரியாக இருக்கும்.

இந்த பிரபஞ்சம் என்பதை பொருளாக கொள்ள முடியுமா? பூமி, சூரியன், சந்திரன், நட்சத்திரம் இவையெல்லாம் பொருளா? இப்படி அடுக்கடுக்கான கேள்விகள் எழுகின்றன.

பல்லாயிரம் ஆண்டுகளாக இந்த பிரபஞ்சம் நாம் பிறப்பதற்கு முன்பிருந்தே இருக்கிறது. நாம் இறந்தாலும் அது இருக்கும். எனவே, இந்த பிரபஞ்சத்தின் ஒருபகுதியாக இருக்கும் பூமி உள்ளிட்ட எவையும் நமது சிந்தனையில் இல்லை. அவை நம் சிந்தனைக்கு வெளியே இருக்கிறது. அது போல சகமனிதனும் கூட நமது சிந்தனைக்கு வெளியே தான் இருக்கிறான்.

எனவே, பொருள் என்றால் என்ன? எனும் கேள்விக்கு இவற்றை வைத்து நாம் விடை காண முடியும்.

பரம்பொருள் என்பது யார்? மனிதனா? வேற்றுகிரகவாசியா? அவர் எப்படி இருப்பார்? ஆணா, பெண்ணா? கறுப்பா, சிவப்பா?

எங்கே அவர் வசிக்கிறார்? என்ன தொழில் செய்கிறார்? அவருக்கு என்ன வயதிருக்கும்? இதெல்லாம் நமக்கு தெரிய வேண்டும்.

அப்படி தெரிந்தால் தான் நாம் பரம்பொருளை ஒப்புக் கொள்ள முடியும்? இல்லை என்றால் அது கடைந்தெடுத்த பொய் அல்லவா?

மேலும், நாம் நமது சிந்தனைக்கு வெளியே பொருட்கள் இருக்கிறது என்பதை மட்டுமல்ல. பொருட்கள் தான் நமக்கு சிந்தனையை தருகின்றன என்பதையும் சேர்த்தே புரிந்து கொள்ள வேண்டும்.

பொருட்கள் நமது சிந்தனைக்கு வெளியே இருக்கின்றன என்று மட்டும் நினைக்க கூடாது. அவை வேறு பல பொருட்களுடன் சங்கிலியால் பின்னப்பட்ட மாதிரி ஒன்றுடன் இன்னொன்று பிணைந்திருக்கின்றன என்பதையும் சேர்த்தே புரிந்து கொள்ள வேண்டும்.

அதனால், தான் கூறுகிறோம், பொருளுக்கு ஒற்றை பரிமாணம் இல்லை. அதற்கு பல பரிணாமம் இருக்கிறது.

ஞானிகள் சொல்லும் பரம்பொருளுக்கு என்னென்ன பரிமாணங்கள் இருக்கின்றன? அது தன் இருப்பிடத்தை எங்கே அமைத்துக் கொண்டிருக்கிறது? என்று அவர்களை நெருக்கிப் பிடித்து கேட்டால் பரம்பொருளுக்கு வரைமுறைகள் எல்லாம் கிடையாது.

அதற்கு உயிர்வாழ இருப்பிடம் தேவையில்லை. உலகில் உள்ள எல்லா பொருளும் அதன் இருப்பிடம் தான். தூணிலும் இருப்பான் துரும்பிலும் இருப்பான் என்று கேள்விப்பட்டதில்லையா? என்று அவர்கள் நம்மை மடக்குவார்கள்.

அப்புறம், சொல்வார்கள், பரம்பொருள் கண்ணுக்கு தெரியாது. அதற்கு உருவம் கிடையாது. அதனால், நீள அகலம் இல்லை. மேலும், பருமனோ ஒல்லிப்பிச்சானோ இல்லை. பரம்பொருளை உங்களால் அறிய முடியாது. உணரத்தான் முடியும் என்று.

எந்த கோணத்தில் பார்த்தாலும் பரம்பொருளுக்கு உருவம் கிடையாது. அதை எந்த அளவு கோலையும் வைத்து அளவிட முடியாது. காலம், இடம் என்பதெல்லாம் அதற்கு இல்லை.

என்று நம் வாயை அடைத்து விடுவார்கள். ஆனால், நாம் சொல்லும் பொருளுக்கு காலம் இடம் உண்டு. மேலும், பொருள்

இரா. பாரதிநாதன் 17

மற்ற பொருட்களுடன் சங்கிலி தொடராய் இணைந்திருக்கிறது. பொருளுக்கு சார்பு நிலை உண்டு அதை விட முக்கியமாய் அது வாழ்வதற்கான ஆதாரம் உண்டு.

பரம்பொருளுக்கோ அது இருப்பதற்கான ஆதாரம் இல்லை. அறிவியல் ரீதியாக அதை நிரூபிக்க ஆன்மீகவாதிகளால் முடியாது. எனவே, தான் பரம்பொருளை அறிய முடியாது. உணரத்தான் முடியும் என்று ஒரேயடியாக அடித்து விடுகிறார்கள்.

உலகம் பரம்பொருளால் படைக்கப்பட்டது என்று சொல்பவர்கள் ஒருவகை. அதேசமயம் ப்ரம்மம், பரப்பிரம்மம் என்ற கருத்தையும் சொல்வார்களும் உண்டு.

பரம்பொருளுக்கு என்ன வரையறையோ அதே வரையறையை தான் ப்ரம்மம், பரப்பிரம்மம் என்கிறவர்களும் கூறுகிறார்கள்.

ஆனால், எந்தவொரு பொருளும் அது இருப்பதற்கான ஆதாரம் நிச்சயம் இருக்கிறது. ஆதாரமெல்லாம் இல்லை. அதை உணரத்தான் முடியும் என்பதெல்லாம் சரியான ஏமாற்று வேலை.

இந்த மாதிரியான ஆட்கள் மின்சாரத்தை பார்க்க முடியாது. காற்றை பார்க்க முடியாது அது போல பரம்பொருளையும் பார்க்க முடியாது. உணரத்தான் முடியும் என்பார்கள்.

காற்றையும் மின்சாரத்தையும் நாம் அனுபவித்து உணர்கிறோம். காற்று இல்லாவிட்டால் நம்மால் சுவாசிக்க முடியாது. இது ஒருவகை உணர்தல். மின்சாரம் தொட்டால் ஷாக் அடிக்கும் இது ஒருவகை உணர்தால்.

பரம்பொருளை எப்படி உணர்வது? நீங்கள் பக்தியாக இருங்கள் உங்களால் உணர முடியும் என்பார்கள். மொத்தத்தில் பரம்பொருளைப் பற்றி கேள்விகள் எழுப்பினால், குழப்பமான பதில்களை சொல்பவர்களே ஞானிகள்.

ஆனால், விஞ்ஞானிகள் எல்லாவற்றுக்கும் தெளிவான பதில்களை எப்போதும் வைத்திருப்பார்கள். தூக்கத்தில் எழுப்பி கேட்டாலும் அவர்களின் சரியான பதில் கிடைக்கும்.

இதற்கும் கடவுள் இருக்கிறார் என்று சொல்வதற்கும் எந்த வேறுபாடும் இல்லை. பரம்பொருள் என்பதும் கடவுள் என்பதும் இரட்டை குழந்தைகள் தான் அல்லது ஒரே குட்டையில் ஊறிய மட்டைகள் தான்.

கடவுள் இந்த உலகைப் படைத்தார் என்று சொல்பவர்களைப் பாருங்கள். அவர்கள் சொல்வதும் கடவுளுக்கு ஆதி அந்தம் கிடையாது. கடவுள் மனித அவதாரங்கள் மூலமாக உருவெடுத்து வருவார் என்பார்கள்.

அதற்கு புராண இதிகாசங்களை உதாரணப்படுத்துவார்கள். இவை மனிதனுடைய கற்பனையில் உருவானவை என்று சொன்னால் ஏற்றுக் கொள்ள மாட்டார்கள்.

இதிகாசங்களில் வரும் கடவுள் அவதாரங்களுக்கு இயல்பான மானுடப் பிறப்பு பெரும்பாலும் இருப்பதில்லை.

குதிரைக்கு பிறந்தவன் ராமன். மீனுக்கு பிறந்தவள் சத்தியவதி என்றெல்லாம் கூறுவார்கள். அதெப்படி மனிதப் பிறவி விலங்குகளின் வயிற்றில் பிறக்கும் என்று கேட்டால், நீங்கள் பக்தர்களின் மனதை புண்படுத்துகிறீர்கள் என்பார்கள்.

பொருளைப் பற்றிய உண்மையை அறிய விரும்பும் யாரொருவராக இருந்தாலும் கேள்விகள் தொடர்ந்து கேட்டுக் கொண்டே இருப்பார்கள். கேள்விகள் நியாயமாக இருக்குமானால், எவருடைய மனதும் புண்படத் தேவையில்லை.

பொருள் என்றால் என்ன? என்ற கேள்விக்கு பதில் தேடினால் நமக்கு சுவையான பக்கங்கள் கிடைக்கும்.

அவை என்னென்ன என்று பார்க்கலாம்.

பொருள் என்பது மனித சிந்தனைக்கு வெளியே இருக்கிறது. உள்ளுக்குள் பரம்பொருளை தேடு என்பது ஃப்ராடுத்தனம்.

இந்த ஃப்ராடுத்தனம் திட்டமிட்டு மக்களை ஏமாற்றுவதற்காக செய்யப்படுகிறது.

ஒரு உண்மை என்னவென்றால், ஆதாரமில்லாமல் பேசுவது அத்தனையும் கூட ஏமாற்று வேலை.

பரம்பொருள், ப்ரம்மம், ப்ரப்பிரம்மம், கடவுள் என்பதற்காக ஆதாரம் நிச்சயமாக இல்லை. அப்படி இருப்பதற்கான நிரூபணம் இல்லை. இதை நாம் தைரியமாக வெளியில் சொல்லலாம்.

டாக்டர் கோவூர் என்பவர் இலங்கையை சேர்ந்தவர். அவர் கடவுள் இருப்பதற்கான ஆதாரத்தை யாராவது முன் வைத்தால் ஒருகோடி ரூபாய் பணம் தருகிறேன் என்று பகிரங்கமாக அறிவித்தார்.

டாக்டர் கோவூர் சொன்னது மட்டுமில்லாமல் அந்த நாட்டு வங்கியில் ஒருகோடி ரூபாயை வைப்புத் தொகையாக இருப்பில் வைத்தார். இன்றுவரை கடவுள் இருப்பதை யாரும் நிரூபிக்கவில்லை. வைப்பு தொகை அப்படியே இருக்கிறது.

பொருள் என்றால் என்ன? என்ற தேடலில் முதலில் நாம் ஒளித்துக் கட்ட வேண்டியது பரம்பொருள் அல்லது கடவுள் என்பவைதான்.

எந்த காலத்தில் அடிப்படை ஆதாரமற்ற எதுவும் பொருள் என்ற வகையினத்தில் வரவே வராது.

சரி, நம் தேடலில் எதை ஆதாரமாக வைத்துக் கொண்டு படிப்படியாய் முன்னேறுவது? சந்தேகமேயில்லாமல் அறிவியலைத்தான்.

பொருளின் தோற்றத்தைப் பற்றிய அறிவு நமக்கு அவசியம் தேவை. அப்போதுதான் பொருள் என்பதற்கான வளர்ச்சி நிலையை உணர முடியும்.

நமக்கு பள்ளிகளில், சமூகத்தில் பொருளின் தோற்றம் பற்றி என்ன கற்பிக்கப்பட்டிருக்கிறது? பொருளை படைத்தது கடவுள் என்றுதானே! அப்படி யாராவது பொருளை படைக்க முடியுமா?

படைப்பதும் அழிப்பதும் கடவுளின் செயல் என்று ஒப்புக் கொண்டால் விஞ்ஞான கண்டுபிடிப்பு என்பது கேலிக்குரியதாக மாறி விடும். நீராவி எஞ்சினை இன்னார் கண்டுபிடித்தார். மின்சாரத்தை இன்னார் கண்டுபிடித்தார் என்றெல்லாம் சொல்வது எப்படி சரியாகும்?

கடவுள்தானே மேற்கண்டவற்றை படைத்தவர். அவர் பெயரையல்லவா குறிப்பிட வேண்டும்.

ஏன் விஞ்ஞானிகள் பெயரை சொல்ல வேண்டும்? என்ற கேள்வி வருகிறதல்லவா?

எனவே, பொருளை யாராவது படைக்க முடியுமா? நிச்சயமாக இல்லை. பொருளை யாராலும் படைக்கவும் முடியாது. அழிக்கவும் முடியாது. இதை நாம் அறுதியிட்டு சொல்ல முடியும்.

உடனே நீங்கள் ஒருகேள்வியை உங்களுக்குள் எழுப்பிக் கொள்வீர்கள். இல்லையே நம் கண்முன்னால் எவ்வளவோ அழிவுக் காரியங்கள் நடக்கிறதே. அதேபோல் படைப்பதும் நடக்கிறதே.

விவசாயி உணவை படைப்பதில்லையா? நெசவாளி துணியை படைக்கிறானே என்றெல்லாம் நினைப்பீர்கள்.

நன்றாக கவனமா கேட்டுக் கொள்ளுங்கள் யாரும் எதையும் படைக்கவில்லை.

விவசாயி நெல்லை உற்பத்தி செய்கிறார். இன்ன பிற தானியங்களும் அப்படியே. நெல் என்ற தானியம் உலகில் ஏற்கனவே இருந்ததுதான். யாரும் அதை படைத்து விடவில்லை.

மனிதன் கற்காலங்களில் பழங்கள், கிழங்குகள் என புசித்தான். அவையெல்லாம் அந்தந்த காலசூழ்நிலைகளில் கிடைப்பவை. அவனுக்கு எல்லா காலங்களிலும் கிடைக்க கூடிய உணவு தேவை.

அதற்கான தேடலில் நீர்நிலைகள் அருகே தானியங்கள் கிடைப்பதை அறிந்தான். அவற்றை பயிரிட்டு வளர்க்க முடியும் என்பதையும் அறிந்தான்.

அதன் பிறகு அவனால் தானிய உற்பத்தியில் ஈடுபட முடிந்தது. இங்கே தானியங்களை யாரும் படைக்கவில்லை. அவை தானாய் வளர்ந்தவை என்பது புரிகிறதல்லவா?

நெசவாளியும் அப்படித்தான். பஞ்சு என்ற நூல் நூற்க பயன்படும் பொருள் உலகில் ஏற்கனவே இருந்தது தான். அதை அவன் துணிகளை உற்பத்தி செய்ய பயன்படுத்திக் கொண்டான்.

உணவு தானியங்களையும் பஞ்சையும் யாரும் படைக்கவில்லை. அவை தானாக விளைந்தவை.

அவற்றை பயன்படுத்தி மனிதன் தனக்கு தேவையான வித விதமான உணவுகளையும், துணிகளையும் தயாரித்துக் கொண்டான் என்பதே உண்மை.

சரி, இப்போது இன்னொரு கேள்வி நமக்குள் எழுகிறது. ஏற்கனவே இருந்த பொருட்களை யார் படைத்தது? யாரும் படைக்கவில்லை. அவை அனைத்தும் இயற்கையாய் இருந்தவை.

இப்போது ஆச்சரியமாய் பார்க்கும் நீங்கள் அடுத்த கேள்விக்கு வந்து விடுவீர்கள் இயற்கையை படைத்தது யார்? என்று.

இப்படி இயற்கையாய் உலகில் இருக்கும் பொருட்களைப் பற்றிய நாம் அறிய வரும் போது ஒட்டு மொத்த இந்த பூமியை யார் படைத்தது? அல்லது எப்படி உருவானது?

இப்போது பொருள் என்று நாம் அறிவதில் ஆதி அந்தமான கேள்விக்கு விடை தேடும் இடத்திற்கு வந்து விட்டோம்.

எதையும் யாரும் படைக்கவில்லை என்றால் இந்த பூமி எப்படி உருவானது? அது எந்த மனிதனின் சிந்தனையையும் சாராமல் இருக்கிறது. அது பொருள் தான்.

ஆனால், அதன் உருவாக்கம் எப்படி நடந்தது? குயவர் சட்டிப் பானையை வனைவது போல வனையப்பட்டதா? ஒரேநாளில் மாயமந்திரம் போல பூதத்தின் ஜீபூம்பா என்ற உச்சரிப்பில் சட்டென தோன்றியதா?

இதற்கான விடையை அறிவியல் நமக்கு கொடுக்கிறது. பிரபஞ்சம் என்கிற அண்டவெளியில் எண்ணற்ற கோள்கள், கிரகங்கள், நட்சத்திரங்கள், சூரியன், சந்திரன் மிதந்து கொண்டிருக்கின்றன.

அவற்றில், நாம் வசிக்கும் பூமியும் ஒன்று. பலரும் நினைப்பது போல பூமி என்றால் அது ஒன்றுதான் இருக்கிறது. நமக்கு வேறெங்கும் கிளைகள் இல்லை என்பது ஒருகற்பனை தான்.

நாம் வசிக்கும் இந்த பூமியைப் போலவே நிறைய பூமி கிரகங்கள் பிரபஞ்சத்தில் சுழன்று கொண்டிருக்கின்றன என்பதே உண்மை.

இவையெல்லாம் எப்படி உருவாயிற்று? யாரும் படைக்காமலேயே இவை எப்படி ஜீவிக்கின்றன?

பிரபஞ்சத்தில் ஏற்பட்ட ஒருபெருவெடிப்பில் உருவானதே பூமி என்கிற நாம் வாழ்கின்ற கிரகம்.

அப்படியானால், பிரபஞ்சம் எப்படி உருவானது? அதில், பொருட்கள் எப்படி உருவானது?

எல்லாமே இயற்கையாய் நடந்த மாற்றங்கள் தான். எல்லா பொருளுக்குள்ளும் இயக்கமும் மாற்றமும் இயல்பானது. அதை எவரும் இயக்கவில்லை.

ஒருபெருவெடிப்பில் சிதறிய துகள்கள் புவீஈர்ப்பு விசையினால் ஒன்றுடன் ஒன்று இணை சேர்ந்தன. அதன் பரிணாம வளர்ச்சியில் உருவானதே இந்த பூமி.

இவையெதுவும் மனித சிந்தனையை சார்ந்தோ கடவுள் அருளால் படைக்கப்பட்டோ உருவாகவில்லை என்பது புலப்படுகிறது அல்லவா? இதுதான் அறிவியல்பூர்வமான உண்மை.

இப்போது பொருளைப் பற்றிய அடுத்த கேள்விக்கான விடையை கிட்டத்தட்ட அறிந்து கொண்டோம்.

பொருளை யாரும் படைக்கவில்லை. அது மனித சிந்தனையை சார்ந்த ஒன்றல்ல.

எனவே, பொருளை யாரும் படைக்கவில்லை என்கிற முடிவுக்கு நாம் வந்தோமானால், பொருளை யாரும் அழிக்க முடியாது என்பதை நாம் ஏற்றுக் கொள்ளத்தான் வேண்டும். பூமி அதிர்ச்சி, சுனாமி, தீ விபத்து இவையெல்லாம் பேரழிவை உண்டாக்கி விட்டன என்பது உண்மையா?

அவை செய்திக்காக எழுதப்படுபவையே தவிர, உண்மையில்லை. அப்படியானால் எது உண்மை? ஒருபொருள் இன்னொரு பொருளாக மாறுவதற்கு தயாராகி விட்டது. அது மேலோட்டமாக நம் கண்ணுக்கு அழிவாக தெரிகிறது.

உதாரணமாக ஒருமனிதன் இறந்து விட்டான். அவன் உடல் புதைக்கப்படுகிறது என்று வைத்துக் கொண்டால், அவன் அழிந்து விட்டான் என்றுதானே அர்த்தம்?

நாம் மனிதனை ஒருபொருளாக பார்த்தால், அவன் இறந்தவுடன் இயக்கம் அப்படியே நின்று விடுவதில்லை. அவன் உடலில் இருந்து புழுக்கள் உருவாகின்றன.

அப்படியானால், ஒருபொருள் அழியவில்லை. அதிலிருந்து வேறொரு பொருள் உருவாகிறது.

அப்படியானால் இறப்பு என்பதே பொய்தானே! தீ விபத்து ஏற்பட்டு விட்டது. இந்த பொருட்களெல்லாம் அதில் சிக்கி அழிந்து விட்டன என்கிறோமே அது உண்மையா?

இல்லை, சாம்பல் என்ற பொருள் உருவாகிறது. அது விளை நிலத்துக்கு உரமாகிறது. அந்த உரத்தில் பயிர்கள் வளர்கின்றன. நாம் அதில் உருவான தானியத்தை உண்கிறோம்.

பயிர்களில் உள்ள சோகைகளை ஆடு மாடுகள் தின்கின்றன. அவை பால் தருகின்றன.

இப்படி ஒவ்வொரு பொருளும் வேறொன்றாய் உருமாறிக் கொண்டிருக்கின்றது.

இரா. பாரதிநாதன்

எனவே, ஆக்கவும் அழிக்கவும் முடியாதது பொருள் என்பது விளங்குகிறது அல்லவா?

பொருள் என்றால் என்ன? என்ற கேள்வியின் அடுத்த கட்டம் இதுதான். முதலில், மனித சிந்தனையை சாராமல் தன்னியல்பாய் இருப்பது பொருள். அதை யாரும் ஆக்கவும் முடியாது. அழிக்கவும் முடியாது.

பொருளின் தோற்றம் என்பதே பொய்தான். தோற்றம் என்ற ஒன்று இருந்தால் மறைவு என்ற ஒன்று இருக்கும் அல்லவா? ஆக தோற்றம் மறைவு இரண்டுமே பொருளுக்கு கிடையாது.

இந்த அறிவியல் உண்மையை அறிந்தோ அறியாமலோ ஆன்மீகவாதிகள் தங்களுக்கு சாதகமாக பயன்படுத்திக் கொள்கிறார்கள். எப்படியென்றால், பரம்பொருள் அல்லது கடவுள் கூட ஆதி அந்தமோ, தோற்றமும் மறைவும் இல்லாதது என கதை விடுகிறார்கள்.

அதனால் தான் நாம் கடவுள் எந்த காலத்தை சேர்ந்தவர்? எந்த இடத்தில் வசிக்கிறார் என்று அடுத்தடுத்த கேள்விகளை முன் வைக்கிறோம். எனவே, தோற்றமும் மறைவும் இல்லாதது பொருள் என்று நாம் சொல்வதற்கும் ஆன்மீகவாதிகள் இவற்றை கடவுளுக்கு பொருத்துவதற்கும் நேரெதிர் வேறுபாடு இருக்கிறது.

படைப்பு என்று உலகில் எதுவுமில்லை. சில எழுத்தாளர்கள், கலைஞர்கள் படைப்பு என்று தங்கள் பெயரை போட்டுக் கொள்கிறார்கள். படைப்பாளி என்று அவர்கள் தங்களை தாங்களே கூறிக் கொள்கிறார்கள்.

எழுத்தாளன் என்பவன் கதை சொல்லி அவ்வளவே. அதே போல் மற்றவர்கள் தங்களை கலைஞன் என்று கூறலாம் தப்பில்லை. எனவே, படைப்பாளி என்ற சொல்லே அர்த்தமற்றது.

விஞ்ஞானிகளைக் கூட யாரும் படைப்பாளி என்று சொல்வதில்லை. அறிவியலாளர் என்று தான் கூறுகிறார்கள். எனவே, இந்த உலகத்தில் நாம் காணும் பொருட்களை படைப்புகள் என்றெல்லாம் யாரும் கூற முடியாது.

அப்படியிருந்தால் உலகை கடவுள் படைத்தான் என்று ஒப்புக் கொள்ள வேண்டியிருக்கும். கடவுள் சிலையே சிற்பி ஒருவனால் கல்லில் இருந்து நேர்த்தியாக செதுக்கப்பட்டது தானே தவிர, படைக்கப்பட்டது அல்ல.

பொருள் என்பது மனித சிந்தனைக்கு வெளியே இருக்கிறது. அதற்கு காலமும் இடமும் இருக்கிறது. பொருளை யாரும் படைக்கவும் முடியாது. அழிக்கவும் முடியாது.

இதையெல்லாம் வைத்துதான் பொருளுக்கு ஒற்றைப் பரிமாணம் இல்லை என்பதை அறுதியிட்டு சொல்கிறோம்.

அதே போல பொருளுக்கு சார்பு நிலை உண்டு என்பதை மனதில் வைக்க வேண்டும். எல்லா பொருளும் ஒன்றையொன்று சார்ந்துதான் இருக்கிறது.

நாம் ஏற்கனவே பிரபஞ்ச வெளியில் உள்ள கிரகங்கள் அனைத்தும் அந்தரத்தில் மிதக்கின்றன என்று.

சற்று முன்னர் தான் பார்த்தோம் பொருளுக்கு புவி ஈர்ப்பு விசை இருக்கிறது. நாம் மேலே ஒருபந்தை தூக்கிப் போட்டால் அது கீழே வந்து விழுகிறது. இதற்கு காரணம் பூமியில் புவி ஈர்ப்பு விசை இருக்கிறது என்று பள்ளிப் பாடத்திலேயே படித்திருக்கிறோம். அப்படி பார்த்தால் இவ்வளவு பெரிய பூமி எப்படி கீழே விழாமல் அந்தரத்தில் மிதக்கிறது? இது முன்னுக்கு பின் முரணாக இருக்கிறதே என்ற கேள்வி நமக்குள் எழும்.

அதற்கு விஞ்ஞானிகள் கூறும் பதில் புவி ஈர்ப்பு விசை என்பதற்கு பூமிக்கு கீழுள்ள பாதாளம் கீழே இழுக்கிறது என்பது மட்டும் அர்த்தம் அல்ல. பூமிக்கு மேலே உள்ள வேறு ஒருகிரகம் தன்னை நோக்கி இழுக்கிறது என்றும் ஒருஅர்த்தம் உண்டு.

இந்த காரணத்தினால் தான் கீழும் மேலும் இழுக்கப்படும் பூமி தன்னை தானே சுற்றி வருகிறது என்று சொல்லப்படுகிறது.

பூமி தன்னைத் தானே சுற்றுவதால் தான் நமக்கு இரவும் பகலும் கிடைக்கின்றன என்று படித்திருப்பீர்கள் அல்லவா? இந்த சுழற்சியினால் நமக்கு பாதிநேரம் வெளிச்சமும் இருட்டும் நேர்கிறது என்பது அறிவியல் உண்மை.

மேலும், சூரிய ஒளியால் தாவரங்களுக்கு நன்மை கிடைக்கிறது. இதுவும் கூட நம்மில் பலருக்கு படிக்க கிடைத்திருக்கலாம்.

பூமி மட்டுமல்ல, அண்டவெளியில் உள்ள அனைத்து பொருட்களும் புவி ஈர்ப்பு விசையால் அந்தரத்தில் மிதக்கின்றன.

இது ஒருபொருளின் அடுத்த பரிமாணம். பொருட்கள் அதது பாட்டுக்கு படைக்கப்படவும் இல்லாமல் அழிக்கவும் இல்லாமல்

மனித அறிவை விட்டு சுயேச்சையாக இயங்குகிறது என்றால், மனிதனால் இந்த உலகுக்கு எந்த பயனும் இல்லையா? என்ற கேள்வி எழுகிறது.

பொருட்கள் மனித சிந்தனைக்கு அப்பாற்பட்டு இயங்கினாலும் அது மானுட அறிவில் பிரதிபலிக்கவே செய்கிறது. அது எத்தகையது என்றால், ஏதோ கண்ணாடியில் பொருட்கள் பிரதிபலிப்பது போலவோ, புகைப்படம் எடுத்தது போலவோ அல்ல.

ஒருமரத்தைப் பார்க்கும் மனிதன் அதிலிருந்து மேசை நாற்காலியை உருவாக்க நினைக்கிறான். சிலவகையான மரங்கள் பென்சில்கள் தயாரிக்க உதவுகின்றன.

இங்குதான் மனிதனின் கற்பனை திறன் வேலை செய்கிறது. மனிதன் மட்டும் பொருட்களை ஒன்றிலிருந்து மற்றொன்றாய் மாற்றி பயன்படுத்தலாம் என்று யோசிக்காமல் போயிருந்தால் நாம் இன்னும் காட்டுமிராண்டி நிலையிலேயே இருந்திருப்போம்.

மனிதன் தொடக்கத்தில் கற்களால் கூர்மையான ஆயுதம் செய்தான். அது அவனுக்கு விலங்குகளிடமிருந்து தன்னை தற்காத்துக் கொள்ள உதவியது.

மேலும் கற்களாலான ஆயுதங்களால் இன்னொரு மனிதன் தன்னை தாக்க வரும்போது தற்காத்து கொண்டான். மரங்கள் அதன் கிளைகளை வைத்து வேட்டையாட தேவையான கருவிகள் செய்தான்.

காட்டு மரங்களில் இருந்த முட்கள் அவனது வேட்டைக் கருவிகளாக பயன்பட்டன. இரும்பு கண்டுபிடிக்கப்பட்ட பின்னால் உழவுக் கருவிகள் தயார் செய்தான்.

வண்டிகள், சக்கரங்கள் என அவனது புதிய புதிய கண்டுபிடிப்பு வளர்ந்து கொண்டே போனது.

மனிதன் தன் வாழ்க்கைப் போராட்டத்தில் மேலும் மேலும் எளிதாக முன்னேற இயற்கையை பயன்படுத்திக் கொண்டான். மனிதனின் உழைப்பு என்பது வெறும் செக்கு மாட்டுத்தனமானது அல்ல. அது கற்பனைத் திறனுடன் கூடியது.

அதனால் தான் எண்ணற்ற வசதி வாய்ப்புகளை பெருக்கி கொண்டான். நடை மட்டுமே ஓரிடத்திலிருந்து இன்னொரு இடத்துக்கு செல்ல உதவிய நேரத்தில் மாட்டு வண்டிகள் மனிதனால் உருவாக்கப்பட்டது.

நீராவி இயந்திரம் கண்டுபிடித்து ரயில் போக்குவரத்து உருவாக்கினான். இன்று இன்னும் நவீனமாய் மோட்டார் சைக்கிள், கார், பேருந்து, விமானம் என்றெல்லாம் வந்து விட்டது.

இயற்கையில் உள்ள பொருட்களை வைத்து மனிதன் கண்டுபிடித்தான். ஆனால், எந்த பொருளும் அவனால் படைக்கப்பட்டது அல்ல. நீராவி முன்னரே உலகத்தில் இருந்தது.

அதை வைத்து இயந்திரங்களை இயக்க முடியும் என்பது அவனது கண்டுபிடிப்பு.

எனவே, மானுட சிந்தனைக்கு அப்பாற்பட்டு பொருட்கள் இயங்குகின்றன என்றாலும் அது மனித சிந்தனைக்குள் பிரதிபலித்து அவனது கண்டுபிடிப்பு மற்றும் கற்பனை திறனால் மானுடத்தின் தேவைகளுக்கு பயன்படுகின்றன,

எனவே, பொருள் என்றால் என்ன? என்ற கேள்விக்கான பதில் வெறும் இயந்திரத்தனமாய் இருக்க கூடாது.

பொருள் மனித சிந்தனையில் ஒருபடிமம் போல பிரதிபலிக்கிறது என்பதே உண்மை.

பொருளைப் பற்றி பேசும் பொழுது அதற்கு இன்னொரு பரிமாணமும் உள்ளது. அது மனிதனின் ஐம்புலன்களால் அறியப்படுவதே பொருள் என்பதை மறக்க கூடாது.

ஐம்புலன்களால் உணரப்படாதவை எவையும் பொருள் அல்ல. நேரடியாக கண்ணால் பார்க்க முடியாத பொருட்கள் பலவும் இருக்கின்றன. குறிப்பாக பொருட்களில் உள்ள அணுவை எளிதில் கண்களால் பார்க்க முடியாது.

அப்படியென்றால், அணு பொருள் இல்லையா? அதில், உள்ள நியூட்ரான், எலக்ரான் இவையெல்லாம் பொருள் இல்லையா? இப்படியெல்லாம் கேள்விகள் நமக்கு பிறக்கிறதல்லவா.

இந்த அணுக்களைப் பார்க்கவோ தொலைதூரத்தில் உள்ள நட்சத்திரங்களைக் காணவோ நமக்கு வெறும் கண் போதாது. அதற்கு தொலைநோக்கி கருவி வேண்டும்.

ஆனால், நாம் ஒன்றை மறந்து விடக் கூடாது அந்த தொலைநோக்கி வழியாக நாம் எதைப் பார்ப்பதென்றாலும் கூட நமக்கு கண்பார்வை வேண்டும். இல்லாவிட்டால், எதையும் பார்க்க இயலாது.

அதே போல மனித புலன்களுக்கு அப்பாற்பட்ட பொருள் எதுவும் இல்லை. கற்பனையாக நாம் எந்த பொருளையும் காண முடியாது.

இந்த இடத்தில், நாம் கனவுகளைப் பற்றி பேச வேண்டும். அதில், யதார்த்த உலகில் நாம் காணும் பொருட்கள் சில கலவையாக தோன்றுகின்றன.

மனிதர்கள் சில விசித்திரமான காரியங்களை செய்கிறார்கள். விலங்குகள் மனிதர்களை துன்புறுத்துகின்றன. மனிதன் விலங்களை நண்பனாக்கி கொள்கிறது.

இதெல்லாம் உண்மையில் நடப்பதுதான். இதுவே நம் கனவுகளில் தோன்றுகின்றன. ஆனால், ஒருஒழுங்கற்று தாறுமாறாக வருகின்றன. இறந்த மனிதர்கள் உண்மையில் இருப்பது போல தோன்றுகின்றன. அதேபோல் உயிருள்ள மனிதன் இறந்தது போல தெரிகின்றது.

என்னதான் தாறுமாறாக தோன்றினாலும் நாம் கண்ணால் கண்டவையே கனவில் வருகின்றன.

மனிதன் கனவின் விசித்திரத்தை வைத்து நம்மை அப்பாற்பட்ட சக்தி அல்லது பொருள் இயக்குகிறது என ஆரம்ப காலங்களில் புரிந்து கொண்டான். இவையனைத்தும் தோற்ற மயக்கம் தானே தவிர, உண்மையில்லை.

எப்படியிருப்பினும், நாம் கண்ட பொருட்களே கனவில் வருகின்றன. இல்லாத புதிதான எந்த பொருளையும் நாம் கனவில் கண்டு விடவில்லை. ஐம்புலன்களால் உணரப்படுவதுதான் பொருள் என்ற அறிவியல்பூர்வமான உண்மைக்கு பதிலாக ஆன்மீகவாதிகள் சொல்வது போல புலன்களுக்கு அப்பாற்பட்டு கடவுளை உணர முடியுமா? அப்படி மனிதனால் உணர்வு நிலையில் அல்லாமல், ஜடநிலையில் எதையாவது அறிய முடியுமா? ஐம்புலன்கள் இல்லாமல் நம்மால் கற்பனையாக கூட எதையும் உணர முடியாதல்லவா? அப்படி உணர்ந்தவர்கள் யார்? கடவுளை அவர் எந்த வடிவில் உணர்ந்தார்? கடவுளை உணர்ந்தேன் என்று யாராவது சொன்னால் அவரால் ஐம்பூதங்களில் ஒன்றாக உணர்ந்ததாகத் தான் சொல்ல முடியும். இல்லாத ஒரு பொருளால் கடவுளை கண்டதாகவோ, உணர்ந்ததாக யாரும் சொல்ல முடியாது.

எனவே, பொருள் என்பது மனிதனின் ஐம்புலன்களில் ஏதாவது ஒன்றின் மூலமாகத்தான் உணர முடியும்.

எனவே, பொருள் என்பதற்கான வரையறையை நாம் தொகுத்து கூற வேண்டுமென்றால் இப்படித்தான் கூற முடியும்:

(அ) மனித சிந்தனைக்கு வெளியே இருப்பதுதான் பொருள்.

(ஆ) பொருளுக்கு காலம் இடம் இல்லாமல் இருக்கமுடியாது. மனிதனால் எந்த பொருளையும் ஆக்கவும் அழிக்கவும்முடியாது.

(இ) பொருள் தான் மனிதனுக்கு சிந்தனையை தருகிறது. இதற்கு மாறாக சிந்தனை பொருளை தருவதில்லை.

(ஈ) பொருட்களுக்கு சார்புநிலை உண்டு. அவை சங்கிலித் தொடராக இருக்கின்றன.

(உ) ஐம்புலன்களால் அறியப்படுவதே பொருள்.

எனவே, பொருள் என்பதற்கான இந்த வரையறை வைத்தே நாம் பொருள்முதல்வாதம் என்ற அடுத்த நிலைக்கு செல்ல முடியும்.

பொருளைப் பற்றிய உண்மைகளை நீங்கள் அறிந்து கொள்வதால், இத்தனை காலமும் நம்மை ஏமாற்றி வந்த பொல்லாதவர்களின் கருத்துகளை இனம் காண முடியும்.

உதாரணமாக இந்த உலகை படைத்தவன் தான், மனிதனையும் படைத்தான். ஆதாம், ஏவாள் ஆண்டவரால் படைக்கப்பட்ட மனிதர்கள். அவர்களிடமிருந்து தான் மனிதகுலம் தொடங்கியது என்பதெல்லாம் கட்டுக்கதை என்பது விளங்கி விடும்.

எனவே, நம் விதியை கடவுள் தான் நிர்ணயம் செய்கிறார் என்ற வாதம் அடிபட்டு விடுகிறது. இதை நாம் உறுதியாக ஏற்றுக் கொண்டவுடன் நமது உள்ளத்தில் புதிய உற்சாகம் தோன்றுவதை தவிர்க்க இயலாது.

கடவுள் அல்லது பரம்பொருள் எதையும் படைக்கவில்லை. அதனால், ஐம்புலன்களால் அறிய முடியாத இவை எதுவும் யதார்த்தமாய் உலகில் காணப்படுவது அல்ல.

இந்த கட்டுக் கதைகளை உருவாக்கியவன் ஒருமனிதகுல விரோதி என்பதை உங்களால் தெளிவாக உணர முடியும். இப்படியான பொய்களை ஏன் ஒருவன் அல்லது ஒருதொடர்ச்சியான ஏமாற்றுக்காரர்கள் கூட்டம் உருவாக்க வேண்டும்?

இதற்கான விடையை கண்டுபிடிப்பதன் மூலமாகத்தான் நாம் மனித வாழ்வின் அர்த்தமான நிலையை தெரிந்து கொள்ள முடியும்.

இரா. பாரதிநாதன்

முதலில், அறியாமையால் மனிதன் சில காரியங்களை செய்கிறான். ஆனால், அவனை அந்த நிலையிலேயே வைத்துக் கொள்ள சில சுயநலக்காரர்கள் விரும்புகிறார்கள்.

அது எதற்காகவென்றால், தாங்கள் உழைக்காமல் வாழும் சொகுசு வாழ்க்கைக்காகத்தான் என்பதை பட்டவர்தனமாக தெரிந்து கொள்ள முடியும்.

மனிதன் விலங்களில் ஒன்றான குரங்கிலிருந்துதான் மாற்றமடைந்தான் என்பது அறிவியலாளர் கூற்று.

இதை இல்லை என்று மறுப்பவர்களும் உண்டு. ஆனால், அவர்கள் கடவுள் என்ற கோட்பாட்டை சேர்ந்தவர்கள் அல்ல.

எப்படியிருப்பினும் ஓரறிவு கொண்ட ஜீவராசிகள் பல நூற்றாண்டுகளாய் பரிமாணத்துக்கு மேல் பரிமாணம் அடைந்து தான் மனிதன் என்ற ஆறிறவு நிலைக்கு வந்திருக்கிறான் என்ற உண்மையில் எல்லா அறிவியலாளர்களும் ஒத்த கருத்து உடையவர்களாய் இருக்கிறார்கள்.

இதற்கிடையே அடுத்தடுத்த கேள்விகள் வந்து விடுகிறது. இந்த பூமியும் மனித பிறப்பை போல முழு உருவமாய் பிறந்ததா? அதன் தாய் யார் தந்தை யார்?

இப்படி யோசித்து நம்மை நாமே கேட்டுக் கொண்டால், அதற்கான விடையையும் தெரிந்து கொள்ளலாம்.

எல்லாவற்றும் பதில் இயற்கைதான். அது இயல்பிலே இருப்பது. அதன் போக்கில் தான் எல்லா பொருட்களும் உருவாகின.

இதற்கு முன்பாக, பிரபஞ்ச பெருவெடிப்பு நடந்த காரணத்தால், கோடிக்கணக்கான டன் குப்பைகள், தூசுகள் அண்டத்தில் மூச்சு முட்டும் அளவுக்கு தேவையில்லாமல் சுற்று சூழல் பிரச்னையை உருவாக்கின.

இது இன்று மனிதன் வாகனம், தொழிற்சாலைகள், அணு உலைகள் என செயற்கையாக தோற்றுவிக்கப்பட்டதைப் போல அல்ல. இயற்கையாய் உருவானது.

இந்த பெருவெடிப்பில் சேர்ந்த பொருட்கள் யாவும் அண்டத்தில் சுழன்றன. அந்தரத்தில் உருவான இந்த மாற்றம் பலகோடி ஆண்டுகளாய் நீடித்தது.

பிறகுதான் ஒன்றுடன் ஒன்று ஈர்ப்பு விசையால் சேர்ந்தன. இந்த சேர்மானம் பூமியாக பின்னாளில் மாறியது. எனவே, பூமி உருவானது குப்பைகள், தூசுப் படலங்களால் தான்.

இப்படி பூமி உருவானவுடன் ஜீவராசிகள் தோன்றி விட்டனவா? பூமியின் மீது ஒருபாறை போன்ற பொருள் மோதி அழிவை உண்டாக்கி விட்டது. மறுபடியும் குப்பைக் கூளமாக்கி விட்ட பூமி மீண்டும் தன்னைத் தானே உருவாக்கிக் கொண்டது.

இதற்கிடையே பல்வேறு வாயுக்கள் உண்டானது. ஆக்சிஜன், கார்பண்டைடு என்றெல்லாம் நாம் இப்போது கூறுகிறோமே அவையெல்லாம் உருவான பின்னால், பெரிய அளவில் பூமி வெப்பமாக இருந்தது.

அதன் பின்னால் குளிர்ந்து தான் நீர் உண்டானது. மெல்ல தாவரங்கள் மீன் போன்ற ஜீவராசிகள் தோன்றின. டைனோசர் போன்ற பெரிய விலங்கினம் தோன்றியது.

காலத்தில் எல்லா ஜீவராசிகளும் நிலைத்து விடவில்லை. சிலது மாற்றங்களுக்கேற்ப தன்னை தகவமைத்துக் கொண்டன. மற்றவை அழிந்து விட்டன.

குரங்காய் இருந்த நிலையில் தான் மனிதன் ஜீவன் பலபரிமாணங்கள் கடந்து உருவானது. சேப்பியன்கள், நியாண்டர்தால் என்றெல்லாம் அவற்றின் வகையினங்களை அறிவியலாளர்கள் சொல்வார்கள்.

இந்த இடத்தில் நாமொன்றை தவறவிடாமல் கவனிக்க வேண்டும். இதுவரை நாம் கண்டவை அனைத்தும் அறிவியலாளர்களின் கருத்து தானே தவிர, பூமியை கடவுள் படைத்தான் என்ற ஆதாரமில்லாமல் கதையளப்பவர்களின் கருத்து அல்ல.

எனவே, பொருளுக்கான அடிப்படைப் புரிதலை நமக்கு அறிவியல் தான் தருகிறது. இதனால் தான் எந்த பொருளைப் பற்றி நாம் பேசினாலும் அது அறிவியல்பூர்வமானதா என்பதை அறிந்து பேச வேண்டும்.

அதே நேரம் நமக்கு கற்பிக்கப்பட்ட கருத்துகள் கூட அறிவியல்ரீதியானதா? என்று தெரிந்து கொள்ள வேண்டும். அறிவியலற்றதை தவிர்த்து விட வேண்டும்.

பொருள் என்றால் என்ன? என்பதையறிய தொடங்கிய நாம் எவ்வளவு தூரம் வந்து விட்டோம் அல்லவா?

இரா. பாரதிநாதன்

இப்போது பொருள் பற்றிய இந்த அறிவிலிருந்து சிந்தனையை சுழல விடுங்கள் ஏராளமான உண்மைகளை தெரிந்து கொள்ளலாம்.

இயற்கை என்பது யாராலும் படைக்கப்பட்டது அல்ல. அது இயல்பாக உருவானது. அப்படியிருக்க, மனிதனின் அறியாமையை பயன்படுத்தி தங்களை வளர்த்துக் கொள்பவர்கள் கட்டி விட்ட கதைகள் ஏராளம்.

குறிப்பாக, இன்று ஆர்.எஸ்.எஸ் மற்றும் அதன் மக்கள் திரள் அமைப்பான பிஜேபியின் ஆதிக்கம் வளர்ந்து விட்ட நிலையில் மக்களை மதத்தின் பெயரால் அறிவிலிகளாய் மாற்ற இந்துத்துவா கும்பல் தொடர்ந்து முயன்று வருகிறது. அது ஓரளவு வெற்றியும் பெற்று விட்டது.

எதற்காக இந்த மாதிரி ஆதிக்க கும்பல் மக்களை குழப்ப வேண்டும். அது பெரும் பணக்காரர்களுக்கு ஆதரவாக நின்று தன்னை அவர்களின் சேவகனாக காட்டிக் கொள்ள வேண்டும் என்ற காரணத்தால் மட்டுமே.

எனவே, இதுதான் பொருள் என்று நாம் புரிந்து கொள்ளும் ஆரம்ப நிலையிலேயே நம்மை பரம்பொருள் கடவுள் என்றெல்லாம் ஏமாற்றுகிறார்கள்.

இதுதான் அடிப்படை. இதை அறியா விட்டால், நம் வறுமைக்கும் கஷ்டத்துக்கும் நம் தலைவிதிதான் காரணம் என்று முடங்கி விடுவோம். வென்றதை தின்று விதி வந்தால் சாவதல்ல வாழ்க்கை.

மானுடம் தழைக்க, சக மனிதனை நேசிக்க, விரும்பிய உணவை உண்டு, சுகாதாரமான நல்ல காற்றோட்டமான வீட்டில் வசித்து, சாதிமத பேதமின்றி நாம் விரும்பிய பெண்ணை மணந்து சொர்க்கமான சிறந்த வாழ்க்கையை அனுபவிக்க வேண்டும்.

இதைத்தான் பொதுவுடமை சமுதாய வாழ்க்கை என்கிறோம். இதற்கு தான் விஞ்ஞானப் பூர்வமான தேடல் தேவைப்படுகிறது. இந்த தேடல் உங்களை மட்டுமல்ல, நாம் வாழும் சமுதாயத்தையே மானுடம் மிக்கதாக மாற்றும்.

பொருள் என்றால் என்ன? என்ற கேள்விக்கு விடை தேடப் போனால் எத்தனை அற்புதமான விஷயங்களை பேச வேண்டியிருக்கிறது அல்லவா?

இன்னும் தெரிந்து கொள்ள வேண்டியவை ஏராளமாக இருக்கின்றன. அவற்றை ஒவ்வொன்றாய் கற்றுக் கொள்வோம். அறிவுப்பூர்வமான மனிதனாய் வாழ்வோம். மனித வாழ்க்கை என்பது எந்த மனிதனுக்கும் தனிப்பட்ட ஒன்றல்ல, ஒவ்வொரு மனிதனும் சமூகத்தில் ஒருவனாகத்தான் இருக்கிறான்.

அவன் தன்னளவில் மட்டும் சமூகம் என்னும் பருப்பொருளில் இருந்து விலகி வாழ முடியாது என்பதை புரிந்து கொள்வோம். எனவே, எந்த மனிதனும் சமூக மனிதில் ஒருஅங்கம் என்பதை உணர்ந்து கொள்ள வேண்டும்.

சிலர் கூறுவார்கள் 'தானுண்டு தன் வேலையுண்டு' என்று இருந்தால் போதும். ஊர் வம்பு வழக்குகள் நமக்கெதற்கு என்று.

அப்படி எந்த மனிதனாலும் வாழ முடியாது. உலகத்தின் எல்லா அசைவுகளும் எல்லா மனிதர்களை பாதிக்கவே செய்யும். மோடி ஆட்சிக்கு வந்த பிறகு, இந்தியாவின் மிக முக்கியமான சமூக பாதிப்பு பணமதிப்பிழப்பு நடவடிக்கை.

சமுதாயத்தில் கறுப்பு பணத்தை ஒழிப்பதாக பிஜேபி அரசு கொண்டு வந்த பணம்திப்பிழப்பு நடவடிக்கையால் பாதிக்கப்படாத மனிதன் யார்?

எல்லா மனிதர்களும் தங்களிடமிருக்கும் கொஞ்ச நஞ்ச கையிருப்பு பணத்தையும் மாற்றிக் கொள்ள வங்கிகளின் வாசல்களில் நின்றார்கள் அல்லவா?

இதில், க்யூவில் நிற்கும் போதே செத்தவர்கள் எத்தனை பேர்? ஒவ்வொரு மனிதனும் 500 ரூபாய், 1000ரூபாய் பணத்தை மாற்றி புதுநூறு ரூபாய் பெற நாயாய் பேயாய் அலைந்தானே!

இப்போது அப்படி பெறப்பட்ட 2000 ரூபாய் நோட்டு வாபஸ் பெறப்படுவதாக ஒன்றிய அரசால் அறிவிக்கப்பட்டதன் பின்னணி என்ன?

ஏன்,இப்படி இவர்கள் மக்கள் வாழ்க்கையோடு விளையாடுகிறார்கள்? அவர்களின் நோக்கம் என்ன? இதையெல்லாம் அறிய நிச்சயம் அறிவியல்பூர்வமான சிந்தனை வேண்டும்.

அதன் அரிச்சுவடி தான் நாம் பேசிக் கொண்டிருக்கும் பொருள் என்றால் என்ன? என்ற அர்த்தமுள்ள தலைப்பு.

இரா. பாரதிநாதன்

மக்கள் தொடர்ந்து பல்வேறு பிரச்னைகளில் அல்லாடிக் கொண்டிருக்க, கோலாகலமாக ராமர் கோவில் கட்டிக் கொண்டிருக்கிறார்களே, இது எதனால்?

கடவுள் நம்பிக்கையின் மூலம் மக்களை அஞ்ஞான போதையில் ஆழ்த்தி விட்டு பெரும் பணக்கார முதலாளிகளுக்கு சேவை செய்வதற்கு தானே! கூடவே, மாட்டரசியலையும் சேர்த்தே செய்கிறார்கள். மாட்டிறைச்சி வைத்திருந்ததாக சொல்லி அப்பாவி இஸ்லாமியர்களை அடித்துக் கொல்கிறார்கள்.

ஆனால், இவர்களெல்லாம் மாட்டிறைச்சி ஏற்றுமதி செய்யப்படுவதை தடுக்க முடியுமா? அப்படியில்லை. ஏன் பெருவாரியான மாட்டிறைச்சியை வெளிநாட்டுக்கு ஏற்றுமதி செய்வதே இந்துத்துவா ஆட்கள் தான்.

இவர்கள் அத்தனை பேருமே பரம்பொருளையோ, கடவுளையோ பெருமையாக பேசுபவர்கள் தான்.

எனவே தான் சொல்கிறோம். பக்தியை வளர்ப்பதாக சொல்லி அப்பாவி மக்களை ஆன்மீகத்தில் ஆழ்த்தி விட்டு தாங்கள் மட்டும் வசதியான வாழ்க்கையை வாழ்கிறார்கள்.

மனிதனின் அடிப்படை பிரச்னை என்ன? உணவும் உடையும் வசிக்க வீடும் நல்ல தரமான கல்வியும் வேலை வாய்ப்பும் தானே இதில் பக்தி மார்க்க அரசியலில் இருப்பவர்கள் கவனம் செலுத்துகிறார்களா? இல்லையே. அப்புறம் எதற்கு இவர்கள் நமக்கு கொடுக்கும் நம்பிக்கை.

இவர்கள் சொல்லும் கடவுள் அல்லது பரம்பொருள் தான் உலகத்தை படைத்தது என்றால், கடவுளிடம் ஏன் மனிதர்களிடம் பாரபட்சம்? இதற்கான பொருள் கடவுளால் படைக்கப்பட்டது என்ற கோட்பாட்டாளர்களிடம் பதில் இருக்கிறதா?

படைப்பாளன் தன் படைப்புக்கு நியாயமாக இருக்க வேண்டும் அல்லவா?

அதனால் தான் கடவுளின் படைப்பு இந்த உலகம் என்று கூறுவதே பொய் என்று.

விவேகானந்தர் போன்றவர்களின் கருத்து இப்படியிருக்கிறது 'கடவுளால் படைக்கத்தான் முடியும். அவனவன் தேவையை தேடிப் பெறுவதுதான் மனிதனின் கடமை' என்பதே.

இந்த அரைகுறை வேலையை கடவுள் ஏன் செய்ய வேண்டும். தன் படைப்புகளில் ஒருவனுக்கு அளவு கடந்த பணமும் இன்னொருவனுக்கு பிச்சை எடுக்கும் நிலையும் ஏன் அந்த கடவுள் வைக்க வேண்டும்?.

இதற்கு ஆன்மீகவாதிகள் சொல்கிறார்கள். மனிதன் முன் ஜென்மத்தில் செய்த பாவம் இந்த ஜென்மத்தில் அவனை வாட்டுகிறது. இந்த பாவ புண்ணிய கணக்கு மிகவும் மோசடியாது.

எதையெல்லாம் இந்த புண்ணியவான்கள் பாவம் என்று கூறுகிறார்கள்? என்பது ஒருபக்கம் இருக்கட்டும்.

முன் ஜென்ம வினை என்பதெல்லாம் இருக்கிறதா? இதற்கு தான் நாம் பொருள் என்கிற விஷயத்தில் கவனமாக இருக்க வேண்டும்.

மனிதன் யாராலும் படைக்கபடவில்லை என்று பார்த்தோம். படைக்கவே படவில்லை எனும் போது முன் ஜென்ம வினை எங்கிருந்து வந்தது?

தலைமுறை தலைமுறையாக பணக்காரர்களாக பலர் இருப்பதை நாம் பார்க்கிறோம். அப்படியானால், ஜென்ம ஜென்மமாக அவர்கள் பாவமே செய்யவில்லை என்று எடுத்துக் கொள்ளலாமா?

நாம் அரசர்கள் கதையை படிக்கிறோம். பல தலைமுறைகளாக அரசன் மகன் அரசனாகவே இருக்கிறான். சுகபோகங்களில் திளைக்கிறான். இத்தனைக்கும் அவன் செய்யாத போர்கள் இல்லை. வரி என்ற பெயரால் மக்களை செய்யாத கொடுமைகள் இல்லை.

இத்தனை பாவம் செய்தவர்கள் எப்படி தலைமுறை தலைமுறையாக சுகபோகிகளாக இருக்க முடியும்.

அவர்கள் அப்படி இருக்க வேண்டும் என்பதற்காகத்தான் பொருளைப் பற்றிய கட்டுக் கதைகள் நம்மிடையே பரப்பப்படுகின்றன. அப்படி அவர்கள் என்னவெல்லாம் புருடா விடுகிறார்கள்?

முதலில், அவனின்றி அணுவும் அசையாது என்று கூறி விடுவார்கள். அதன் பின்னால் தூணிலும் இருப்பான் துரும்பிலும் இருப்பான் என்ற அடுத்த புருடாவை விடுகிறார்கள்,

பிறகு, பாவப் புண்ணிய கணக்கு பேசுகிறார்கள். முன் ஜென்ம வினை என்று பிதற்றுகிறார்கள்.

மக்களை ஏமாற்றுவதற்கு இவர்களுக்கு தொடக்கப் புள்ளியாய் இருப்பது பொருளை கடவுள் படைத்தான் என்பது தான். அதனால் தான் நமக்கு பொருளைப் பற்றிய உண்மையான அறிவு வேண்டும்.

இந்த தொடக்க நிலையிலிருந்துதான் பகுத்தறிவை நம்புகிறவனுக்கும் கடவுளை நம்புகிறவனுக்கும் மிக முக்கியமான முரண்பாடு தொடங்குகிறது.

பொருளை படைத்தான் கடவுள் என்பதிலிருந்து தன் தர்க்கத்தை எடுத்து வைக்கும் கடவுள் நம்பிக்கையாளன், அதற்கான என்ன ஆதாரத்தை முன் வைக்கிறான்?

ஒன்றுமேயில்லை. கடவுள் இருப்பதற்கான எந்த ஆதாரத்தையும் அவன் சபையில் வைப்பதில்லை. இந்த உலகம் தோன்றிய காலத்தில் இருந்து அவன் செய்யும் வேலை இதுதான்.

அறிவியல் பூர்வமாய் ஊக்கமாக சபையில் ஏராளமான ஆதாரங்களை முன் வைக்கிறான். அதில், அவன் கடவுள் என்கிற கருத்துருவாக்கமே தவறு. கடவுள் எதையும் படைக்கவில்லை.

இயல்பாய் எல்லா பொருட்களும் இயற்கையாகவே உருவாகின என்று அறிவியல்வாதி வைக்கின்ற ஆதாரங்கள் விஞ்ஞானிகள் திரட்டி தந்தவை.

உலகம் பிரபஞ்சித்தின் பெருவெடிப்பில் உருவானது என்பதற்கான ஆதாரங்கள் எக்கச்சக்கமாக இணையத்தில் கிடைக்கின்றன. குப்பை கூளங்களாக ஒருகட்டிடம் வெடிவைத்து தகர்க்கப்பட்டால் எவ்வாறு சுற்றுச் சூழல் தூசும் தும்புமாக மாறுகிறதோ, அதைப் போலத்தான் அண்டவெளியும் பலகோடி மில்லியன் ஆண்டுகளுக்கு முன்பாக மாறியது.

அப்போது எந்த கிரகமோ நட்சத்திரமோ தோன்றுவதற்கான வாய்ப்புகள் இல்லை.

ஆனால், காலமும் சூழலும் இயங்காமல் போவதில்லை. இயக்கமும் மாற்றமும் இயற்கையின் பொதுவிதி.

அப்படி அண்டவெளியில் ஏற்பட்ட பல்வேறு மாற்றங்களால் ஈர்ப்பு விசையினால் உடைந்து சிதறிய பொருட்கள் ஒன்றோடு ஒன்று காந்தம் இரும்பை கவர்வதைப் போல சேர்மானம் ஆகின்றன.

இந்த பொருட்களின் சேர்க்கையினால் தான் பூமியும் மற்ற சூரிய குடும்பத்தில் உள்ள கிரகங்களும் உருவானது.

இந்த சூரிய குடும்பம் என்பது ஏதோ ஒன்றுதான் என்பதல்ல. பல சூரியக் குடும்பங்கள் இருக்கின்றன என்று விஞ்ஞானிகள் கூறுகிறார்கள். அவை நமது வெறும் கண்ணுக்கு தெரிவதில்லை.

ஆனால், நாம் வாழும் இந்த பூமியை தவிர்த்து வேறெங்கும் மனிதன் வாழ்வதாக இதுவரையில் ஆதாரப்பூர்வமாக நிரூபிக்கப் படவில்லை. என்றாலும், பறக்கும் தட்டு என்ற பொருளைப் பற்றி உலகில் பரவலாக பேசப்படுகிறது.

வேற்றுலகவாசிகள் மனிதன் வாழும் பூமிக்கு கமுக்கமாக வந்து போகிறார்கள் என்ற ஐயம் இருக்கிறது. அப்படி வேற்றுலவாசிகள் இருந்தால் அவர்களை கண்காணிக்கவும் தொடர்பு கொள்ளவும் பல்வேறு நாடுகள் விண்வெளி கருவிகளை வைத்து இரவும் பகலும் நுட்பமாக அண்டத்தை பார்த்துக் கொண்டிருக்கின்றன.

இந்தியாவிலிருந்தும் இதுபோல விண்வெளி ஆய்வு மையங்கள் இயங்குகின்றன.

அவை பெரும்பாலும் நமது இந்திய நிலப்பகுதியில் கனிம வளங்கள் எங்கிருக்கின்றன என்பதை கண்டறியவும், இயற்கை சீற்றத்தை முன்னறியவும் பயன்படுத்தப் படுகின்றன.

இப்படிப்பட்ட விண்வெளி ஆய்வு மையங்கள் ஏதொன்றும் கடவுளை அல்லது பரம்பொருளை கண்டறிய பயன்படுத்தப்படுவதில்லை. எனவே, ராமனோ கிருஷ்ணனோ அண்டவெளியில் எந்த இடத்திலும் இல்லை. பிரபஞ்சத்துக்கு அப்பாற்பட்டும் இல்லவே இல்லை.

எனவே, இப்போது நம்மால் விளங்கிக் கொள்ள முடியும் கடவுள் என்பதே கட்டுக் கதையென்பதை.

இல்லாத ஒன்றை வைத்துதான் கடவுள் பொருளைப் படைத்தான் என்று பல நூற்றாண்டுகளாக நம்மை ஏமாற்றிக் கொண்டிருக்கிறார்கள் சுயநலவாதிகள்.

எனவேதான் பொருள் என்றால் என்ன? அவை எப்படி உருவானது என்பதையெல்லாம் நாம் ஆழக் கற்க வேண்டும்.

இப்படி கற்பதன் மூலமாகத்தான் பிற்போக்குவாதிகளின் கோல்மாலை அம்பலப்படுத்த் முடியும். நாமும் குழப்பமில்லாமல் தெளிவு பெற முடியும்.

கடவுள் படைக்காத பொருளுக்கு அல்லது மனிதனுக்கு எப்படி முன் ஜென்மம் மற்றும் பின் ஜென்மம் என்றெல்லாம் இருக்க முடியும்? என்ற மிக முக்கியமான கேள்வி வருகிறதல்லவா?

இந்த கேள்விக்கு இணை சேர்ந்தே இன்னொரு கேள்வியும் எழாமல் இல்லை.

பொருளுக்கு அழிவில்லை என்கிறோம் நாம். பொருளுக்கு அழிவிருக்கிறது என்ற கூறி விட்டு மனித உடலை விட்டு உயிர் தனியாக வாழ முடியும் என்கிறார்கள்.

அதை ஆன்மா என்கிறார்கள். அதே ஆன்மா வேறொரு பிறவியெடுக்கிறதா? முன் பிறவி வினை அதற்கடுத்த பிறவியிலும் தொடர்கிறதா?

மனிதர்களின் வாழ்க்கையில் ஏற்படும் ஏற்றத் தாழ்வு கர்மவினைகளால் தீர்க்கப்படுகிறதா? அது எப்படி?

இப்படியெல்லாம் வினா தொடுத்தால் கடவுள் உலகைப் படைத்தான் கோஷ்டி சபையை விட்டு பின்னங்கால் பிடறியில் உதைக்க தெறித்து ஓடிவிடுகின்றன.

இந்த அஞ்ஞானவாதிகளை மக்கள் நம்பும் வரையில் தங்களது உளறல்களை நிறுத்த மாட்டார்கள். ஏனென்றால், இதுதான் அவர்களது பிழைப்பு.

இந்த பிழைப்புவாதிகளுக்கு முழு ஆதரவு கொடுத்து வளர்த்து விடுபவர்கள் ஆளும் வர்க்கத்தினர்.

ஆளும் வர்க்கமான பெருமுதலாளிகளுக்கு தொழிலாளர்கள் யாரும் போராடி விடக் கூடாது என்பதே பிழைப்பு வாதிகளுக்கு ஒரே நோக்கமாய் இருக்கிறது.

இப்போது இன்னொரு கேள்வியும் எழுகிறது. இந்த மக்கள் ஏன் இவ்வளவு ஏமாளிகளாக இருக்கிறார்கள்? ஏமாறுபவன் இருக்கும் வரையில் ஏமாற்றுபவன் இருக்க முடியும்?

உண்மைதான், மக்கள் விழிப்புணர்வு அடையும் வரையில் தான் அவர்களுக்கு முட்டாள்தனத்தை போதிக்கும் ஆன்மீகவாதிகள் மற்றும் முதலாளிகளின் ஆட்டம் எல்லாமே.

மக்களை சிந்திக்க விடாமல் இருக்கச் செய்கிற வேலைகளைத் தான் கடவுள் பொருளைப் படைத்தார். அவனில்லாமல் அசையாது என்கிற கம்பி கட்டுகிற கதையெல்லாம் சொல்லப்படுகிறது.

முதலாளித்துவ சுரண்டலை மறைக்க, அவன் குறைந்த கூலியை கொடுத்து தொழிலாளியை ஏய்க்க மூளையை மழுங்கிற வேலையை செய்கிறார்கள்.

அதில், ஒன்றுதான் பொருளை கடவுள் படைத்தான் என்கிற பொய். இந்த பொய்யை அம்பலப்படுத்தி இதுதான் உண்மை என்கிற விழிப்புணர்வதை தான் நமக்கு விஞ்ஞானம் போதிக்கிறது.

பொருளுக்கான குழப்பம் நீண்ட நெடுங்காலமாக உலகில் நிலவுகிறது. அதைப் பற்றிய நெடிய வரலாறு கொண்டது. முதலில், ஆதிகாலத்தில் குரங்கிலிருந்து மனிதனாக பரிமாணம் அடைந்தான்.

அவனுக்கு காட்டில் கிடைக்கும் கிழங்குகள் எல்லாம் சீசனில் கிடைப்பதாகவே இருந்தன. அப்போது தான் அவன் சுயமாக பொருளுற்பத்தி நடவடிக்கைகளில் ஈடுபட்டான்.

அவனுடைய சிந்தனையை வளர வைத்ததே உழைப்பு நடவடிக்கைதான். அவன் கல்லால் ஆன ஆயுதங்களை கண்டுபிடித்தான். ஆனாலும் அவனால் வெகுவேகமாக செங்குத்தான பாதையிலெல்லாம் வளர முடியவில்லை.

கொஞ்சம் கொஞ்சமாகத்தான் அவனால், வாழ்க்கைக்கு தேவையான மூலப்பொருட்களை பற்றி அறிந்து கொள்ள முடிந்தது.

ஆற்றுப்படுகைகளில் இயல்பாய் விளைந்து கிடந்த தானியங்களைப் பற்றியும் அதன் உற்பத்தி பற்றியும் பல்லாண்டுகள் தன் அறிவுத் திறனை மேம்படுத்தி தெரிந்து கொள்ள இயன்றது.

பஞ்சை நூற்று இழையாய் பின்னி நெசவு நெய்த மனிதன் ஆடைகளை உற்பத்தி செய்தான். இவற்றுக்கெல்லாம் பலகாலம் பிடித்தன. இதற்கிடையில் மனிதன் பல்வேரு யோசனைகளில் தன்னை குழப்பிக் கொண்டான்.

திடீர் திடீரென எழுந்த இயற்கை சீற்றங்கள். புயல், மழை, தீவிபத்து இதெல்லாம் ஏன் ஏற்படுகின்றன் என்பதெல்லாம் அவனுக்கு புரியாத புதிர்.

மேலும், இறப்புக்கு பின்னால் மனித ஆன்மா இருக்கிறதென நினைத்தான். அப்படி அவனை நினைக்க கனவுகள் தூண்டுதலாய் இருந்தன.

அதில் தான் இறந்தவர் உயிரோடு வருவதாக ஒருபொய் தோற்றம் தெரிகிறது. அதேசமயம் உயிரோடு இருப்பவனும் செத்துப்

போனதாக கனவில் தோற்றம் வருகிறதே என்பதெல்லாம் ஆரம்ப காலத்தில் குழப்பமாய் தொன்றின.

எனவே தான் ஏதோ மனிதனுக்கு அப்பாற்பட்ட ஒருசக்தி இருக்கிறது. அதுதான் மனிதகுலத்தை ஆட்டுவிக்கிறது. மனிதனின் பிறப்பும் இருப்பும் இறப்பும் அந்த மனிதனுக்கு வெளியே இருக்கும் அந்த சக்தியால் நிர்ணயிக்கப்படுகிறது.

இதெல்லாம் மனித சிந்தனை பற்றிய அறியாமை. ஆரம்பத்திலேயே மனிதன் அறியாமையற்ற முழு நிறைவானவனாக ஏன் இல்லை? ஏனெனில், பிறப்பு இறப்பு பற்றிய உண்மைகளை கண்டுபிடித்து அவனுக்கு விளக்க விஞ்ஞானம் வளரவில்லை.

இந்த இடத்தில் ஆன்மீகவாதிகளிடம் நாம் ஒரு கேள்வியை கேட்டு வைப்போம். ஏனப்பா, உங்கள் கடவுளுக்கு பொருட்களை படைக்கும் படைப்பாற்றல் இருக்கிற போது, மனிதனை முழுநிறைவான அறிவு பெற்றவனாக படைக்க முடியவில்லை?

இந்த கேள்விக்கு அவனால் பதில் கூற நிச்சயம் முடியாது. அசட்டுத்தனமாய் பேந்த பேந்த விழிப்பான். இன்றைய காலத்தில் கூட, மனிதனின் அறிவு முழுநிறைவானது அல்ல. அது ஒவ்வொரு நிமிடமும் வளர்ந்து கொண்டே இருக்கிறது.

உலகில் ஏற்படும் பல்வேறு நிகழ்வுகள் புதிய புதிய கண்டுபிடிப்பை மனிதனிடம் கோருகின்றன.

உதாரணமாக சமீபகாலத்தில் கொரோனா என்ற வைரஸ் உலகை ஆட்டிப்படைத்து கொத்து கொத்தாக மனிதர்களை மடிய வைத்தது. ஆன்மீகவாதிகளை கேட்டுப் பாருங்கள் இந்த வைரஸை பூமிக்கு அனுப்பி வைத்தார் என்பார்கள்.

கடவுளின் கோபம் தான் கொரோனா வைரஸ் என்ற அவர்கள் கொரோனாவிலிருந்து மீள கடவுளை விளக்கேற்றி வைத்து கும்பிடுங்கள் என்றார்கள். இந்த நாட்டு பிரதமரே தட்டுகள் பாத்திரங்களை ஓசையெழுப்பி 'கோ கோ கொரோனா' என்று முழக்கமிடுங்கள் என்றார்.

ஆனால், மருத்துவர்கள் அப்படி செய்வதால் கொரோனாவிலிருந்து விடுபட முடியாது தடுப்பூசி போட்டுக் கொள்ளுங்கள். நிலவேம்பு கசாயம் மற்றும் பப்பாளி சாறு குடியுங்கள் என்றார்கள்.

இப்படி கொரோனா வரும் என்பதை முன்கூட்டியே எந்த கடவுளும் எந்த மனிதனின் கனவிலும் வந்து சொல்லவில்லை.

கடவுளுக்கு மனிதன் மேல் அக்கறையில்லை? படைத்தவன் ஏன் தாந்தோன்றித் தனமாய் இருக்கிறான்? இதெல்லாம் கடவுளின் விளையாட்டு. அவர் அவ்வப்போது மனிதகுலத்திடம் இப்படி விளையாடுவார் என்பார்கள் ஆன்மீகவாதிகள்.

சரியப்பா, உங்கள் கடவுளின் விளையாட்டில் மனித உயிர்கள் பலியாகின்றனவே உங்கள் கடவுளுக்கு அடுக்குமா? என்று கேட்டால், மறுபடியும் அசட்டுத்தனமாக் முழிப்பார்கள்.

எனவே, நாம் சொல்வது கடவுள் என்கிற கருத்துருவாக்கம் மனிதர்களை ஏமாற்றவே பயன்படுகிறது.

உண்மையில், தொடக்க காலத்தில் அறியாமையில் ஆழ்ந்திருந்த மனிதனே கடவுளை உருவாக்கினான்.

தன்னை பாதிக்கும் ஒவ்வொரு நிகழ்வையும் இது இயற்கை என்று அறியாத மனிதன் அதை மானுடத்திற்கு அப்பாற்பட்ட ஒருசக்தியோ கடவுளோ தான் எல்லாவற்றுக்கும் காரணம் என நினைத்தான்.

உண்மையில் அறியாமையில் செய்யும் தவறுகளே பிற்காலத்தில் பிழைப்புவாதிகளுக்கு மக்களை ஏமாற்றும் கருவிகளாக மாறுகிறது. மனிதனை சுயமாக சிந்திக்க விடாமல் கடவுள் போதையில் மக்களை ஆழ்த்தியிருக்கிறார்கள்.

எனவே, மனிதன் பொருளைப் படைத்து அருளியது கடவுள் அல்ல, என்பதை மற்றும் தெரிந்து கொண்டால், மட்டும் போதாது. பொருளின் தோற்றம் அதற்கான வரையறை பொருளில்லாமல் சிந்திக்கவே முடியாது என்பதையெல்லாம் சிறப்பு.

ஏனென்றால், இதன் பின்னால், வர்க்கப் போராட்டம் இருக்கிறது. இந்த வர்க்கப் போராட்டத்தை இடைவிடாமல் மனிதன் நடத்துவதை தவிர வேறு வழியில்லை.

அப்படி நடத்தா விட்டால், நம்முடைய வாழ்நிலை மேம்படாது. நாம் அருவறுக்கத் தக்க அடிமைகளாய் எதிரியின் காலில் மிதிபடுவோம். இதுவரை நாம் பொருளைப் பற்றி பேசியவற்றை வைத்து விரிவாக யோசியுங்கள். உங்களுக்கு பல கதவுகள் திறக்கும்.

இப்போது நம் கஷ்டம் இயற்கையாக உருவாகவில்லை. செயற்கையாக நம் அறிவின் மீது கட்டப்படிருக்கிறது என்பது

தெளிவாக புரியும், தற்போது தலைவிதியைப் பற்றி யாராவது பேசினாலே உங்களுக்கு கோபம் வரும்.

அப்படியெல்லாம் ஒன்றுமில்லை. இப்படி சொல்வது மனிதனின் வறுமையை பற்றி திசை திருப்பும் வேலை என்பது புரியும். நமக்கு அப்பாற்பட்ட சக்தி இயற்கைதான்.

மனிதன் இயற்கையின் குழந்தை தான். இயற்கையிலிருந்து மனிதனை பிரிக்க முடியாது. அப்படி பிரித்துப் பார்ப்பது பொருட்களின் தோற்றம் பற்றிய அறிவில்லாதவர்கள் செய்யும் ஏமாற்று வேலை.

பொருட்களை தனித் தனியாக பார்ப்பது பொருள்முதல்வாதம் அல்ல. ஒருஎளிய நடைமுறை உண்மையை சொல்ல வேண்டுமென்றால், உலகத்தில் எந்த பொருளும் அடுத்த பொருளில்லாமல் உருவாகாது.

கடையில் போய் ஷாம்பூ வாங்கிகிறீர்கள். அந்த பொருளில் என்னென்னெ உட்சேர்க்கை இருக்கிறது என்பதை ஷாம்பூ தாளில் அச்சிடப்பட்டிருப்பதை காண்பீர்கள்.

இப்படியே நாம் உபயோகப்படுத்தும் ஒவ்வொரு பொருளிலும் ஏதேனும் மற்றொரு பொருள் கட்டாயம் சேர்க்கப்பட்டிருக்கும்.

நாம் உண்ணும் உணவை பார்த்தால், அரிசி, கோதுமை, ராகி என்றெல்லாம் பல்வேறு தயாரிப்பட்டு நமக்கு பரிமாறப்படுகிறது. இந்த உணவுகளை நாம் மேலோட்டமாக பார்த்தால் ஒற்றை தன்மையுடன் இருப்பதாக தோன்றும்.

எந்தவொரு தானியத்தையும் உருவாக்க கூட்டு முயற்சி. தேவை இல்லாவிட்டால் உருவாகாது.

ஒருசிலர் நானே இதை செய்தேன் என்று பீற்றிக் கொள்வதை பார்த்திருப்பீர்கள். உண்மையில், கூர்மையாக கவனித்தால் தனி மனிதனால் உருவாக்கப்படும் எந்த பொருளும் தற்போதைய உலகில் இல்லை. விவசாயம் மனிதனின் அடிப்படையான தொழில். உணவு உற்பத்தி இல்லாமல் போனால் மனித குலம் ஜீவித்திருக்க முடியாது. இந்த உற்பத்தியை நாம் நடத்துவதில் பங்கேற்ற வேண்டும் என்றால். முதலில் நிலத்தை உழ வேண்டும்.

அதற்கு நிச்சயம் உழவுக் கருவிகள் தேவை. ஏர் அல்லது டிராக்டர் உருவாக்குபவர் ஒருதொழிலாளி. அவர் இயந்திர

தொழிலில் ஈடுபடாவிட்டால் நமக்கு உற்பத்தி கருவிகள் நிச்சயம் கிடையாது.

இயந்திரங்களை உருவாக்க இரும்பு தேவை. அதை சுரங்கத்திலிருந்து வெட்டியெடுப்பவர், இரும்பை உருக்கி வார்த்து அச்சில் ஊற்றுபவரும் ஒருதொழிலாளி தான்.

இயந்திரங்கள் தயாரிக்கப்பட்டு விற்பனைக்கு வரும் போது மார்க்கெட்டிங் செய்ய ஆள் தேவை.

இப்படி ஒரு தொழில் எந்த தனிமனிதனாலும் நடப்பது இல்லை. அதேபோல் நெசவுத் தொழிலை எடுத்துக் கொள்வோம். பஞ்சை விளைவிப்பவன் விவசாயி. அதை பதப்படுத்தி நூற்பாலைகளிலிருந்து இழைகள் தயாரிக்கப்படுகின்றன்.

கச்சா நூல் சாயப்பட்டறைகளில் பதப்படுத்தப் பட்டு வண்ணம் ஏற்றப்படுகிறது. அந்த நூல் நெசவுப் பாவாய் வார்க்கப்படுகிறது. பிறகு தறிக்கு கொண்டு வரப்பட்டு துணியாக நெய்யப்படுகிறது.

இப்படி சொல்லிக் கொண்டே போகலாம். ஒருபொருள் கச்சாவாக இருந்து ஒரு மனிதன் உபயோகப்படுத்தும் நிலைக்கு வருவதற்கு பல மனிதர்களின் கூட்டு முயற்சி ஒத்துழைப்பு தேவைப்பட்டுகிறது.

ஒன்றோடு ஒன்று என்கிற தொடர் எல்லா பொருட்களிலும் உண்டு. இது பொருட்களின் ரசாயனத்திலும் உண்டு. ஆய்வு செய்தால் ஒருபொருளின் உள்ளடக்கத்தில் பல்வேறு ரசாயன சேர்க்கை இருப்பதை அறிய முடியும்.

எனவே, பொருட்கள் மட்டுமல்ல, மனிதர்களும் கூட தனித்து இயங்குவதில்லை. காலையில் எழுந்து டீக்கடைக்கு போனால் டீமாஸ்டர் போட்டுத் தரும் சாயாவிலிருந்து அன்றைய பொழுது துவங்கும்.

பிறகு, காலை உணவு மதியம் இரவு என்று உணவுக்காகவே நமக்கு யார் தயவெல்லாம் நமக்கு தேவைப்படுகிறது என்பதை கவனமாக கணக்கெடுத்துப் பார்த்தால் புரியும்.

எல்லா பொருட்களையும் ஒருவரே ஆக்கினார். அவரே செடி,கொடி, தாவரங்கள், மனித உயிர்களை உண்டாக்கினார். அவரே அழிக்கவும் செய்கிறார் என்பது நகைச்சுவையாய் தோன்றுகிறது அல்லவா?

பகவத்கீதையில் சொல்லப்படும் உயிரின் தோற்றம் ஆண்டவனால் படைக்கப்படுகிறது என்பதே சாரம். ஆனால், இயல்பில் அப்படி இல்லை.

இங்கே எதையும் யாரும் படைப்பதும் இல்லை. அழிப்பதும் இல்லை. இயற்கை தோன்றியது ஒருமனிதன் படைப்பினால் அல்ல. பல்வேறு பொருட்களின் சேர்க்கையால் தன்னால் உருவானது.

பிரம்ம சக்தி என்பது என்ன? அது நிலையான ஒருவரை குறிப்படுவது ஆகும். இந்த கருத்தை முன்னிருத்தி பலஞானிகள் பேசுகிறார்கள். உபன்யாசம் செய்கிறார்கள்.

அவர்களின் கருத்தில் நன்றாக சிந்தித்து இந்த உலகம் ஒருகடவுளால் படைக்கப் பட்டிருக்கிறது. அதன் படைப்பில் எந்த குறைபாடும் இல்லை. ஆனால், அவனது படைப்பில் உருவானா மனிதனிடம் தான் குறையிருக்கிறது.

இப்படி சொல்லும் ஞானிகளில் முக்கியமானவர் விவேகானந்தர். அவரது கூற்றின் படி பூமி பொதுவில்தான் படைக்கப்பட்டு இருக்கிறது. நிலமோ, நீரோ, காற்றோ, செல்வங்களோ ஒவ்வொரு மனிதனுக்கும் தனித் தனியாக படைக்கப்படவில்லை.

மழை பொழிவதை உதாரணமாக எடுத்துக் கொள்வோம். உலகின் எந்த மனிதனுக்கும் தனியாக அது படைக்கப்படுவதில்லை. மழை நீரை பயன்படுத்தும் மனிதன் தான் அதை சரியாக பயன்படுத்திக் கொள்ளவேண்டும்.

அதேபோல் நிலங்களும் அப்படியே. நிலம் பொதுவில் படைக்கப்பட்டு இருப்பதால், அதை செப்பனிட்டு உபயோகப்படுத்திக் கொள்வது மனிதனின் கடமை.

இந்த கடமையை சரியாக செய்யாதவன் தான் ஏழையாகிறான். சரியாக செய்தவன் நிலவுடமை பணக்காரனாகிறான்.

உழைப்பவனை கொச்சைப்படுத்தும் கருத்து இது. நாம் பார்த்த பணக்கார ஆசாமிகள் எல்லாம் உழைக்காத சோம்பேறிகளாகவே இருக்கிறார்கள்.

மேலும், விவேகானந்தரின் கருத்தில் இயற்கை செல்வங்கள் மட்டுமல்ல, மனிதனும் கூட சமநிலையிலேயே படைக்கப்பட்டிருக்கிறான். தமக்குள் ஏற்றத் தாழ்வை உருவாக்கிக் கொள்பவன் மனிதன் தானே தவிர, கடவுள் இல்லை.

கடவுள் என்பவர் கருணைமயமானவர் அல்லவா? தூணிலும் துரும்பிலும் இருப்பவர் அல்லவா? மனிதர்களிடம் வேற்றுமையை உருவாக்குபவனை ஏன் கடவுள் தட்டிக் கேட்பதில்லை. கடவுளின் படைப்பில் மனிதர்கள் சாதிரீதியாக மதரீதியாக தங்களுக்குள் அடித்துக் கொள்வதை அவர் எப்படி கண்டும் காணாமலும் இருக்கிறார்?

இது படைப்புக் கடவுள் தன்னுடைய கடமையை சரியாக செய்யவில்லை என்பதை காட்டுகிறதல்லவா? அந்த சோம்பேறிக் கடவுளுக்கு உலகின் அவலங்கள் எதுவும் காதுக்கு எட்டுவதில்லையா? இப்படி நாம் சொல்லிக் கொண்டே போக முடியும்.

இப்படி நாம் கேட்டால் ஞானிகள் கூறுகிறார்கள் ஒவ்வொரு தனி மனித முரண்பாடுகளையும் தீர்த்து வைப்பது கடவுளின் வேலை இல்லை. பஞ்சம் பசியில்லாமல் வாழ மனிதன் தான் கற்றுக் கொள்ள வேண்டும்.

கடவுள் போலீஸ் ஸ்டேஷன் வைத்து நடத்துபவர் அல்ல. தன்னுடைய அறிவைப் பயன்படுத்தி தன்னைத் தானே மனிதன் செழுமைப்படுத்தி கொள்ள வேண்டும்.

கருத்துமுதல்வாதிகள் எப்படியெல்லாம் பேசுகிறார்கள் பார்த்தீர்களா? இந்த கருத்துமுதல்பார்வையில் ஏதாவது பொறுப்பான பதில் இருக்கிறதா?

இப்படித்தான் ஒன்றுக்கொன்று முரணாக கருத்துமுதல்வாதிகள் பேசிக் கொண்டு திரிகிறார்கள்.

இதையே பொருள்முதல்வாதிகள் என்ன சொல்கிறார்கள்? என்று கவனித்துப் பாருங்கள். அவர்களிடம் மனிதன் செய்யும் ஒவ்வொரு காரியத்துக்கும் முரணில்லாத பதில்கள் இருக்கின்றன.

அவர்கள் வரலாற்றின் ஒவ்வொரு காலகட்டத்திலும் மனிதன் இந்த செயலை ஏன் செய்தான்? என்பதை அறிந்து வைத்திருப்பார்கள். உலகத்தின் உற்பத்தி நடவடிக்கையை ஒட்டியே மானுட சிந்தனை செயல்படுகிறது.

பொருள் தான் சிந்தனையை தருகிறது. மாறாக மனிதன் சிந்தனை சொல்வதை அப்படியே நடைமுறையில் பிரதிபலிக்க முடியாது. அப்படியானால், மனிதனின் வறுமைக்கு காரணம் என்ன?

இரா. பாரதிநாதன்

தன்னலம் மிகுந்த சிலரால் தனி சொத்துடமை சேர்க்கைக்காக அடுத்த மனிதனை சுரண்டும் நிலை சமுதாயத்தில் இருக்கிறது. அதுதான் பலருக்கு வறுமையைம் சிலருக்கு செல்வத்தையும் கொடுக்கிறது

இதுதான் பொருள்முதல்வாதிகள் சொல்லப்படும் பதில். அப்பாவிகளை யார் சுரண்டுகிறார்கள்? எப்படி சுரண்டுகிறார்கள்? என்பதை தான் உலகின் மிக சிறந்த பொருள்முதல்வாதியான கார்ல் மார்க்ஸ் தனது மூலதனம் என்னும் வரலாற்று சிறப்பு மிக்க நூலில் எழுதி வைத்தார்.

பொருளை முன் வைத்து பேசுபவர்களிடம் எந்த விஷயத்திலும் ஆய்வு நோக்கம் இருக்கிறது. அவர்கள் பொத்தாம் பொதுவில் எதையும் அடித்து விடுவதில்லை.

ஆனால், இதற்கு மாறாக கருத்துமுதல்வாதிகள் பொறுப்பற்ற கொஞ்சமும் நம்புவதற்கு இடமில்லாத பதிலையே சொல்லி வருகிறார்கள்.

கருத்துமுதல்வாதிகள் எப்படியெல்லாம் தங்கள் புரட்டுத்தனத்தை செய்கிறார்கள் என்பதை தொகுத்துப் பார்ப்போம்.

கடவுள்தான் இந்த உலகத்தை படைத்தார். அவரது படைப்பின் நோக்கத்தில் மனிதர்களிடையே வேறுபாடு கிடையாது. தங்களுக்குள் வேறுபாடுகளை உருவாக்கிக் கொள்பவன் மனிதனே.

கடவுள் ஒவ்வொரு பிரச்னைக்கும் தான் முன்நின்று தீர்த்து வைக்க முடியாது. அவர் ஒன்றும் கட்டப் பஞ்சாயத்து நடத்துபவரோ, காவல் நிலையம் வைத்திருப்பவரோ அல்ல.

கடவுள் பொதுவில் படைத்த செல்வங்களை திறமையாக மனிதன் பயன்படுத்திக் கொள்ள வேண்டும். திறமையுள்ள மனிதன் முன்னேறுகிறான். திறமையற்றவனோ பின் தங்கிப் போய் வறுமையில் உழல்கிறான்.

இப்படி சொல்லி விட்டு இன்னொன்றும் சொல்கிறார்கள். மனிதனின் இன்பதுன்பத்துக்கு காரணம் அவனது முன் ஜென்ம வினையே. அவன் சென்ற பிறவியில் செய்த பாவப் புண்ணியங்கள் இந்த பிறவியில் கணக்கு தீர்க்கப்படுகிறது.

எப்படியெல்லாம் கருத்துமுதல்வாதிகள் குழப்புகிறார்கள் பார்த்தீர்களா?

கடவுள் உலகை படைத்தார். அவரது படைப்பு சமநிலையானது என்றவர்கள் அடுத்து கடவுள் நிலையானவர் தூணிலும் இருப்பார். துரும்பிலும் இருப்பார் என்கிறார்கள்.

கருத்துமுதல்வாதிகளின் அடிப்படையே 'அவனின்றி அணுவும் அசையாது' என்பதே.

அப்படியானால் மனிதனின் எல்லா காரியத்திலும் கடவுள் இருக்கிறார் அல்லவா?

மனிதனின் திறமையையும் திறமையின்மையையும் கடவுள் படைப்பில் வந்தவை தானே. சிலருக்கு செல்வங்களை கொடுத்ததும் பலருக்கு வறுமையை கொடுத்ததும் கடவுள் படைப்பின் குறைபாடு அல்லவா? ஏன், இத்தகைய குறைபாடுள்ளவனாய் கடவுள் இருக்கிறான். இன்னொருபுறம் மனிதனின் பாவபுண்ணிய கணக்கே அவனது இன்ப துன்பத்துக்கு காரணமென்றால், கடவுள் மனிதனை ஏன் பாவம் செய்யவும் புண்ணியம் செய்யவும் தூண்டுகிறான்?

அப்படியானால், அவன் அன்றி அணுவும் அசையாது என்பது உண்மையாகும் பட்சத்தில் மனிதன் செய்யும் நல்லது கெட்டதில் கடவுளுக்கு பங்கு உண்டல்லவா?

எதற்காக கடவுள் மனிதனை நல்லது மட்டுமே செய்ய வைக்காமல், கெட்டதை செய்ய வைக்கிறான்?

இப்படி கேட்டால் கருத்துமுதல்வாதிகள் இதெல்லாம் கடவுளின் விளையாட்டு. மனிதனை கெட்டது நல்லது செய்ய வைத்து நடப்பதை வேடிக்கை பார்த்து ரசிக்கிறார் என்கிறார்கள்.

அப்படியானால், சமூகத்தில் நடக்கும் எந்த தவறுக்கும் மனிதன் காரணம் கிடையாது. கடவுள் தான் காரணம்.

ஆனால், நமது நாட்டின் குற்றவியல் சட்டங்கள் அப்படி சொல்லவில்லையே. இந்த மனிதன் இன்ன திருடினான் அவனுக்கு இந்த தண்டனை என்று சிறையில் அடைக்கிறார்கள்.

ஒருமனிதன் இன்னொரு மனிதனை கொலை செய்தான் என்று தூக்கு தண்டனை நமது நீதியரசர்கள் தருகிறார்கள்.

கடவுள் தான் மனிதனை தீங்கு செய்ய வைத்தான் என்று அவனை சிறையில் அடைப்பதுதானே நியாயம். அப்பாவி மனிதனை எதற்கு தண்டிக்க வேண்டும்?

இரா. பாரதிநாதன்

இப்படியெல்லாம் கேட்டால், நமது நீதிமன்றங்கள் ஒப்புக் கொள்ளுமா? சட்டங்கல் விட்டு விடுமா?

இப்படியெல்லாம் நாம் அறிவுப்பூர்வமாக கேள்வி கேட்டால், கோர்ட்டை அவமதிப்பு செய்கிறீர்கள் என்று தண்டித்து விடுவார்கள்.

எனவே, கருத்துமுதல்வாதிகளின் எந்த சொல்லும் நடைமுறைக்கு உதவாத வெற்றுச் சொல்.

இதையே சமூகத்தில் வாழும் தனியொரு மனிதன் ஏன் தவறு செய்கிறான்? என்று பொருள்முதல்வாதிகளை கேட்டுப் பாருங்கள். அவர்கள் தெளிவான பார்வையை முன் வைப்பார்கள்.

முதலில் சிந்தனை மனிதனுக்கு எங்கிருந்து வருகிறது? பொருளில் இருந்துதான்.

அப்படியானால், மனிதன் தவறு செய்வதற்கான புறச் சூழல் சமூகத்தில் இருக்கிறது என்றல்லவா ஆகிறது.

சமூக சூழலை மாற்றாமல் மனிதனை தண்டித்து என்ன பயன்? என்று அவர்கள் தெளிவாக சொல்வார்கள். அப்படியென்ன சமூக சூழல் கெட்டு விட்டது? தனி மனிதன் தவறு செய்ய?

அத்தியாயம் - 2

பொருள்முதல்வாதம் என்றால் என்ன?

பொருள் என்றால் என்ன? என்ற ஆய்வுக்கு பின்னால் நாம் பொருள்முதல்வாதம் பற்றி பேச வந்திருக்கிறோம். இதைப் பற்றி நேரடியாகப் பேசாமல் ஏன் பொருள் என்றால் என்ன? என்று துவங்கினோம் என்றால், எல்லாவற்றுக்கும் அடிப்படை பொருள். அதன் வரையறையில் குழப்பம் இருந்தால் நம்மால் பொருள்முதல்வாதம் பற்றி அறிய முடியாது.

உலகில் கருத்துக்கள் தோன்றிய காலத்திலிருந்தே இரண்டு எதிரெதிர் எண்ணங்கள் முட்டி மோத ஆரம்பித்தன. அவை பொருள்முதல்வாதமும் கருத்துமுதல்வாதமுமாகும்.

இந்த இரண்டு எண்ணங்களுமே இந்த உலகை புரிந்து கொள்வதில் இருக்கும் சிக்கல்களை பேசுகின்றன.

ஒருசிந்தனைக்கு அறிவியல் அடிப்படையாக இருக்கிறது. இன்னொரு சிந்தனைக்கு ஆன்மீகம் அடிப்படையாக இருக்கிறது. முதலில் அடிப்படையை அலசுவோம்.

கருத்துமுதல்வாதம் அல்லது எண்ணமுதல்வாதம் இவை நிறுவனமயமாக தன்னை மாற்றிக் கொள்வதற்கு முன் இருந்த

நிலையை மக்களின் அறியாமையில் இருந்து வெளிப்பட்டது என்றுதான் கூற வேண்டும்.

மனிதன் தங்களை ஏதோவொரு சக்தி ஆட்டுவிக்கிறது என்ற அச்சத்தின் காரணமாக ஐம்பூதங்களை வழிபட்டான். குறிப்பாக அக்னியை மற்ற இயற்கை பொருட்களான நீர்,நிலம்,ஆகாயம், பூமி எல்லாவற்றையும் விட அதிகமாக கும்பிட்டான்.

மனித குல வரலாற்றில் நெருப்பின் பயன் கண்டுபிடிக்கப்பட்டது இறைச்சியை சுட்டு தின்னும் வழக்கத்தை உருவாக்கியது. அதற்கு முன்னால், தான் வேட்டையாடிய விலங்குகளின் மாமிசத்தை பச்சையாக உண்டான்.

பச்சையான மாமிசத்தை நீண்ட நாட்கள் கெட்டுப் போக வைக்க முடியாது. எனவே, நெருப்பின் பலன் பல விஷயங்களில் மனிதனுக்கு பயன்பட்டது. சுட்ட இறைச்சி பச்சையான மாமிசத்தை விட சுவையில் மேம்பட்டதாகவே இருந்தது.

நெருப்பை இருளின் அடர்த்தியை நீக்க மரம் செடி கொடிகளை பற்ற வைத்து விளக்காக பயன்படுத்துவது குளிர் வாடையை விரட்ட உபயோகப்படுத்துவது என தொடர்ந்து அவன் அக்னியை தன் வாழ்வின் ஒருஅங்கமாகவே சேர்த்துக் கொண்டான்.

சூரியன் கூட அவனுக்கு அக்னி கோளமாகவே தோன்றியது. பிற்காலத்தில் சூரிய வழிபாடு பெருக்கத்திற்கு இதுவே காரணம்.

அடுத்து மனித குல வீரம் முக்கியமானது. போரில் சாகசம் செய்த வீரன் பின்னாளில் அவன் பெயரில் நடுகல் வைத்து வணங்கப்பட்ட நிலையை காண்கிறோம்.

இவற்றையெல்லாம் விடவும் தாய் சமுதாய மரபு தலை தூக்கி நின்றது. பெண் தான் ஒரு கணக் கூட்டத்துக்கு தலைவியாய் இருந்தாள். ஏனெனில், கணக் கூட்டம் என்ற ஒருகுழு அல்லது சற்றே பெரிய கும்பல் உருவாக காரணம் தாய் தான். அவள் ஒருத்திக்கு பிறந்த குழந்தைகளே கூட்டம் கூட்டமாக ஆங்காங்கே வசித்தார்கள்.

அந்த தாய் இறந்த பின்னால், அவளை தெய்வமாக்கி வழிபடுவது வழக்கமானது. அநேகமாக நமது பெண் தெய்வங்கள் மாரியம்மன், காளியம்மன், முத்தம்மன் போன்ற எண்ணற்றவை இதன் நீட்சிதான்.

இத்தகைய நிலையில் மதம் நிறுவனமாக சூழலில் மக்களின் கடவுள் வழிபாடு மனநிம்மதி என்பதாகத்தான் இருந்தது.

அதன் பின்னால் அது மானுடத்தின் கொடிய கரங்களாகவும் போதை வஸ்து போலவும் மாறிவிட்டது.

உலகம் படைக்கப்பட்ட ஒன்று என்ற சிந்தனை மேலோகியது. யாரும் படைக்காவிட்டால் இவ்வளவு பெரிய பூமி எப்படி உருவாகி இருக்கும்? என பேசப்பட்டது.

ஏனெனில், உண்மையாகவே உலகம் எப்படி உருவானது என்பதற்கான ஆதாரம் எதுவும் மனிதனிடம் இல்லை. எனவே, உலகில் முதலில் பிறந்தது சிந்தனையே என கருத்துமுதல்வாதிகள் வாதிட்டார்கள். கருத்தை முதலில் முன்னிலையில் வைத்து பேசியதால் இவர்கள் கருத்து முதல்வாதிகள் என்று அழைக்கப்பட்டனர்.

இந்த கருத்துமுதல்வாதம் பல ஞானிகள் இலக்கியவாதிகள் என பலரிடமும் செல்வாக்கு பெற்றது.

தமிழகத்தில் அநேகமாக பக்தி இலக்கியங்களே மேலோங்கி நின்றது. எத்தனையோ இலக்கியங்கள் திருக்குறள் தொட்டு சிந்தனையின் செல்வாக்கில் பிறந்ததே பூமி என அடித்து சொல்கின்றன. 'ஆதி பகவன் முதற்றே உலகு' என்பதன் பொருள் ஆதியில் பகவன் ஒருவன் இருந்திருக்கிறான்.

அவனை தொற்றுதான் உலகு என்பது சிந்தனைதான் முதலில் என்பதை நமக்கு சொல்கிறதல்லவா?

சிந்தனையின் பிறப்புதான் பொருள் என்று எடுத்துக் கொண்டால் நாம் வாழும் இந்த உலகம் மாயை என்றாகி விடும். எப்படியென்றால் சிந்தனைக்குள் தான் உலகம் இயங்குகிறது.

சிந்தனை நினைத்தால் அது பொருள். இல்லாவிட்டால் அப்படியொன்றும் இல்லை.

நமக்கு வெளியே மரன், செடி, கொடிகள் எல்லாமே நமது கற்பனைதான் யதார்த்தம் இல்லை என்றே ஆகிவிடும். இது மட்டுமல்ல, நீர், நெருப்பு, பூமி என்றெல்லாம் நினைப்பது பொய். ஐம்பூதங்கள் வெறும் கற்பனை.

எல்லாவற்றையும் இருப்பதாக நாமாக கற்பனைதான் செய்து கொள்கிறோம். நம் கற்பனைதான் எல்லாவற்றையும் நிர்ணயம் செய்கிறது.

என்று ஒரேயடியாக அடித்து விடலாம். கருத்துமுதல்வாதம் இதைத்தான் நமக்கு சொல்லி தருகிறது. கடவுளின் படைப்பே மாயைதான் என்கிற அளவுக்கு கருத்துமுதல்வாதம் தனக்குத்தானே முரண்படுகிறது.

பொன், பொருள், பணம் எல்லாமே மாயை என்று கூறிவிட்டால், இங்கே ஏழை பணக்காரன் என்ற வர்க்க வேறுபாடும் பொய் அல்லவா? வர்க்கம் என்றெல்லாம் ஏதுமில்லை என்று சொல்வதற்குதான் கருத்துமுதல்வாதம் சுற்றி வளைத்து வருகிறது.

இதற்கு நேர்மாறாக பொருள் தான் சிந்தனையை நிர்ணயிக்கிறது. இயற்கை என்றவொன்று நமக்கு வெளியில் இருப்பதால் மட்டுமே அது நம் சிந்தனையில் பிரதிபலிக்கிறது என்று பொருளை முன்னே வைத்து பேசும் பொருள்முதல்வாதிகள் சொல்வதை ஏற்றுக் கொண்டால் அனைத்தும் உண்மை என்கிற நிலைக்கு வருவோம்.

இதையே நம் வாழ்க்கைக்கு பொருத்திப் பார்த்தால், சமூகத்தின் நிகழ்வுகள் ஒவ்வொன்றும் நம்மை பாதிக்கின்றன என்று நாம் ஒப்புக் கொள்வோம்.

உதாரணமாக கேஸ் சிலிண்டர் விலை நம்மை பாதிக்கிறது என்பது நாம் சந்திக்கும் உண்மைதானே. கருத்துமுதல்வாதியைப் போல் கேஸ் சிலிண்டர் விலை மாயை என்று நம்மால் சொல்ல முடியுமா?

பணமதிப்பிழப்பு நடவடிக்கை நம்மக் பாதிக்கத்தானே செய்கிறது. ஜிஎஸ்டி எனும் வரிவிதிப்பு முறை பாதிக்கவில்லையா?

இதையெல்லாம் மறைக்கவே ராமராஜ்யக் கனவை நமக்குள் விதைக்கிறார்கள். எல்லா கஷ்டங்களையும் இப்போதிருக்கும் அரசு ஆண்டவனின் பெயரால் செய்கிறது.

இது மனித விருப்பம் அல்ல. நீ உன் கஷ்டங்கள் தீர ஸ்ரீராமனை வழிபடு. அதை விடுத்து அரசாங்கத்தை குறை சொல்லாதே. கருத்துமுதல்வாதம் கடைசியில் வந்து நிற்கும் இடம் இதுதான்.

எனவே, கருத்துமுதல்வாதம் மற்றும் பொருள்முதல்வாதம் இரண்டுக்கும் வர்க்க சார்பு நிச்சயம் இருக்கிறது.

எது பொருள் என்பதை குழப்பியவர்கள் கடைசியில் வந்து நிற்குமிடம் பொருள் என்பதே மாயை என்பதில்தான்.

இந்த பொருள் என்னும் மாயை என்ற குழப்பவாதத்திற்கு அடிகோலியவர் கேரளத்தில் காலடி என்ற ஊரில் பிறந்த சங்கர மடங்களை நாடு முழுவதும் ஸ்தாபித்த ஆதிசங்கரன் என்பவர்தான்.

அவர் அருளிய அத்வைதம் என்ற சித்தாந்தம். அனைத்தும் மாயை என்பதை குழப்பமான முறையில் சொல்கிறது.

அத்வைதம் என்பதன் அடிப்படை பொருள் என்பது மாயைதான். அதற்கு உருவம் கொடுத்து பெயர் சொல்லி அழைப்பது மனிதன் தான் என்று சொல்வது அத்வைத தொடக்கம்.

இப்படியொரு நிலையை மனிதன் எடுத்தால் அவனுக்கு உழைக்க வேண்டிய அவசியம் இருக்காது. பொருள் சேர்க்க வேண்டியதில்லை. குடும்பம், பிள்ளைகள் எதுவும் இல்லை.

இத்தகைய கருத்துக்கள் எவ்வளவு ஆபத்தை உருவாக்கும் என்றால், மனிதனின் செயல்திறனே அற்றுப் போய் அவன் முழு சோம்பேறியாகி விடுவான்.

நவீன பொருள்முதல்வாதத்தை உலகுக்கு தந்த சமூக விஞ்ஞானிகளான ஜெர்மன் நாட்டைச் சேர்ந்து கார்ல் மார்க்ஸ் மற்றும் பிரடெரிக் ஏங்கெல்ஸ் இருவரும் சொல்கிறார்கள்; சிந்தனைக்கும் வாழ்வுக்கும் உள்ள உறவு என்ன? அதாவது ஆன்மாவுக்கும் இயற்கைக்கும் உள்ள உறவு என்ன? என்ற கேள்விதான் மனிதகுல வரலாறு முழுக்கவே எல்லா கேள்விக்கும் மூலமாக உள்ளது.

இந்த கேள்விக்கு சித்தாந்தவாதிகள் கொடுத்த விடைகளே இரண்டு முகாம்களாக் பிரித்து விட்டன. ஆன்மா அதாவது சிந்தனைதான் முதலிடம் வகிக்கிறது இயற்கைக்கு இரண்டாம் இடம்தான் என்று அடித்துப் பேசியவர்கள் கருத்துமுதல்வாதிகளானார்கள்.

அவர்கள் ஒருமுகாம் என்றால், இயற்கைதான் மூலாதாரமானது என்ற கருத்தில் உறுதியாக நின்றவர்கள் பொருள்முதல்வாத முகாமை சேர்ந்தவர்கள்.

இந்த இருவேறு முகாம்கள் உலகத்தின் தோற்றத்தில் இருந்து இன்று வரையிலும் நீடித்து வருகிறது. அவர்களுக்கிடையிலான சர்ச்சை ஓயாமல் ஏதோவொரு ரூபத்தில் நடக்கிறது.

கருத்துமுதல்வாதத்தில் உலகே மாயை என்ற அத்வைத கருத்தில் இன்றும் நீடிப்பவர்கள் பின்நவீனத்துவாதிகள். இவர்கள்

ஐரோப்பாவை தங்கள் இருப்பிடமாக கொண்டாலும் அவர்கள் மூளை ஆதிசங்கரனின் அத்வைத மூளையே.

இந்த அத்வைத முகாமை சேர்ந்தவர்கள் ஒருவிசித்திர பிறவிகள் என்றே கூறலாம். உலகத்தில் நாம் பொருட்கள் அனைத்தும் மாயை என்றால், மனிதன் எதை வைத்து உண்டு உயிர் வாழ்வான்?

அவன் சாப்பிடாவிட்டால் எப்படி நடமாட தெம்பு வரும்? அவன் எல்லாம் மாயை என்று படுத்து விட்டான் என்றாலும் கூட வயிற்றில் பசி எடுக்குமே.

பசியை மாயை என்று சொல்ல முடியுமா? பட்டினி நம்மை கொன்று விடுமே. இதற்கெல்லாம் என்ன பதில்?

ஐம்பூதத்தை மாயை என்று சொல்லும் அத்வைதவாதிகள் தான் அவற்றை படைத்தது அரூபமான ப்ரம்ம சக்தி அல்ல ப்ரப்பிரம்ம சக்தி என்கிறார்கள்.

எல்லாமே மாயை என்றான பிறகு, மாயையை எந்த முட்டாளாவது படைப்பானா? என்ற கேள்வி வருகிறல்லவா? மாயவிதியை படைத்தவனுக்கு இந்த உலகம் ஒருவிளையாட்டு. அவனது விளையாட்டுக்கு யாரும் தப்ப முடியாது என்று ஒருகேணத்தனமான பதில் வரும்.

அத்வைதிகள் எல்லா கேள்விகளுக்கும் இப்படி சற்றும் அறிவுக்கு பொருந்தாத பதில்களை வைத்திருப்பார்கள்.

அது மட்டுமல்ல, மதவாதிகள் அனைவரும் உலகம் படைக்கப்பட்ட ஒன்று என்பதில் உறுதியாக இருப்பார்கள். ஆனால், எப்படி படைக்கப்பட்டது? என்பதில் வேறுபடுவார்கள்.

ஆதாம் ஏவாள் படைக்கப்பட்டதாக சொல்பவர்கள் அவர்களை ஆண்டவரே படைத்தார் என்பார்கள். அந்த ஆண்டவர் என்ற கோட்பாடு ஆதிசங்கரனின் அத்வைதம் போல குழப்பமானதுதான்.

ஏதோவொரு அநாமதேய சக்தி இந்த உலகைப் படைத்து ஆட்டுவிக்கிறது. இயேசு இறைதூதர் என்றால், ஆதிசங்கரன் அத்வைத பரம்பொருள் உபாசகன்.

இந்த மாதிரி சொல்லிக் கொண்டு போனால், ஆம் நம்மை ஏதோவொரு சக்தி இயக்குகிறது என்று இயந்திரத்தனமாய் சொன்னதையே திரும்ப திரும்ப சொல்வார்கள்.

அவர்களிடம் படைப்பு கடவுளின் விலாசம் இருக்காது. வீடு இருந்தால் தானே விலாசம் இருக்கும். அத்வைதிகளை போன்ற அனைத்து மதவாதிகளும் நிச்சயம் அடிப்படையற்றவர்களே.

இவர்கள் மாயை தான் உலகம் என்ற நரித்தனமாக தந்திரத்தை வைத்து உழைக்கும் மக்களை ஏய்த்து தாங்கள் மட்டும் சுகபோகம் அனுபவிப்பவர்கள்.

சாமியார்களின் உல்லாச வாழ்க்கை உலகறிந்தது அல்லவா? அத்வைதிகள் இந்தியாவை பொறுத்த மட்டில் சனாதனவாதிகளாகவே இருக்கிறார்கள்.

சாதிகளுக்கு தத்துவார்த்த அடிப்படைகளை சாதிய படிநிலை என்று கூறுபவர்கள் இவர்களே!

(அ) அத்வைதம்

(ஆ) த்வைதம்

(இ) வசிஷ்டாவைதம்

இந்த மூன்று ஆன்மீக கோட்பாடுகளை முறைய ஆதிசங்கரன், மத்துவர், ஸ்ரீராமானுஜர் எனும் மூவர் உருவாக்கினார்கள். இந்த ஆன்மீக கோட்பாடுகள் இன்றளவும் தொடர்ந்து கோலோச்சி வருபவை,

இதில், ஆதிசங்கரன் கேரள மாநிலத்தில் காலடியை சேர்ந்தவர் என்று பார்த்தோம். அடுத்து கர்நாடக மாநிலத்தில் உடுப்பி அருகே பிறந்தவர். கடைசியாக ஸ்ரீராமானுஜர் ஸ்ரீபெரும்புதூர் என்ற இடத்தில் தமிழ்நாட்டில் பிறந்தவர்.

இவர்கள் கண்டுபிடித்த மிக முக்கியமான கோட்பாடுகள் இந்துத்துவத்தின் அடிப்படையாக அமைகின்றன..

அத்வைதம் என்பது கடவுள் நமக்குள் இருக்கிறார். பரமாத்மா ஜீவாத்மா என இருவகைப்பட்டாலும் இரண்டும் ஒன்றுதான். இரட்டையில் ஒற்றுமையே அத்வைதம். த்வைதம் பரமாத்தா ஜீவாத்மா இரண்டு தனித் தனியே இருக்கின்றன. இரண்டும் ஒன்றையொன்று சார்ந்திருக்கின்றன என்கிறது.

வசிஷ்டாவைத்தம் என்பது பரமாத்மாவாக ஜீவாத்மா ஆக முடியாது என்கிறது.

எனவே மூன்று ஆன்மீக கோட்பாடுகளும் பரமாத்மாவை ஒப்புக் கொள்கின்றன.

ஆனால், பரமாத்மா யார்? என்ற கேள்விக்கு அவை நம்மை குழப்புகின்றன.

பரமாத்மா என்பதற்கு உலகை படைத்த ப்ரம்மம் என்று என்றே திரும்பத் திரும்ப கூறுகிறார்கள். குறிப்பாக அத்வைதிகள் கடவுளை அடைய சிவம், வைணவம். சாக்தம், உள்ளிட்ட ஆறு வழிமுறைகள் மூலமாக என்கிறார்கள்.

ஆதிசங்கரன் காஞ்சி உள்ளிட்ட பல இடங்களில் மடங்களை நிறுவினார். அதற்கு காரணம் வேதங்கள் செழித்திருக்க, மழை நல்லபடியாக பொழிந்து உயிர்கள் செழித்திருக்க என்று கூறினார். வேதங்கள் தழைப்பதால் இங்கே என்ன மனித குல முன்னேற்றம் என்கிற கேள்விக்கு பதில் இல்லை. பொருள்முதல்வாதிகள் அதேசமயத்தில் அறிவியல் தழைப்பதால் மனித குலம் முன்னேறி இருக்கிறது என்று கூறினார்கள்.

அதை நிரூபிக்கும் விதமாக இன்று எண்ணற்ற விஞ்ஞான கண்டுபிடிப்புகள் வந்துவிட்டன. விவசாயத்தில் டிராக்டர், அறுவடை இயந்திரம் உள்ளிட்டவைகள் பயன்படுத்தப் படுகின்றன,

நெசவாலைகளில் விசைத்தறி, ஜெட்லூம் என்றெல்லாம் வந்துவிட்டன. ஆதிசங்கரனின் வழி வந்த சாமியார்களே கூட விஞ்ஞான கண்டுபிடிப்புகளான வாகனத்தை உபயோகிக்கிறார்கள்.

வேதத்தை மட்டுமே மனிதன் நம்பிருந்தால் உற்பத்தி கருவிகள் நவீனமயாகி இருக்காது.

எனவேதான் பொருளை முதல் என்ற நிலை வைத்து பேசுபவர்கள் சமூக நலன் கருதி பேசுபவர்களாக இருக்கிறார்கள். கருத்தை முதல் என்று பேசுபவர்கள் எல்லாம் அவன் செயல் என்று அமைதியாகி விடுகிறார்கள்.

இந்த போராட்டம் மனிதன் சிந்திக்க தொடங்கிய காலத்திலிருந்து இன்றும் தொடர்கிறது.

இது மட்டுமல்ல, இந்த கருத்துமுதல்வாதிகள் எண்ணங்கள் தான் மனிதனை வழிநடத்துகிறது என்கிறார்கள். அப்படியானால், நல்ல எண்ணங்கள் கொண்ட ஒருவன் முழுநிறைவான வாழ்க்கையை இங்கே வாழ முடிகிறதா?

நமக்கே தெரியும் அப்படியெல்லாம் இல்லை. மனிதன் அப்படியெல்லாம் எண்ணத்தால் வாழ முடியாது. யாரொருவர் கையிலும் இந்த உலகம் இல்லை.

மனிதனின் உற்பத்திக்கான போராட்டம் தான் அவன் வாழ்நிலையை கொடுக்கிறது. அதை மீறி எந்த மனிதனும் இங்கே வாழ முடியாது. நம் எண்ணங்கள் நம்மை வாழ வைப்பதாக இருந்தால் மனிதன் மொட்டை மாடியில் உட்கார்ந்து நல்ல எண்ணங்களை சிந்தித்துக் கொண்டே இருக்கலாம்.

அவன் கஷ்டப்பட்டு உழைக்கத் தேவையில்லை. அதனால், துன்ப துயரங்களை அடைய வேண்டியதில்லை.

மனித உழைப்பு என்ற சமுதாயத்தின் முக்கியமான பகுதிகளையே எந்த ஆன்மீகவாதிகள் பேசுவதில்லை. நாள் முழுக்க கடுமையாக உழைத்து துணிகள் நெய்தவன் பொருட்களை பரமாத்மா கண்டுபிடித்தது என்று சொன்னால் நம்புவானா?

அந்த ஆண்டவனுக்கே பட்டுத்துணியை பல்லக்கில் ஊர்வலம் போக நெசவாளன் தான் நெய்து தருகிறான். அப்படியானால், கருத்துமுதல்வாதம் பேசுகிறவர்கள் ஏன் மக்களை குழப்புகிறார்கள்?

நாம் முன்பே சொன்னோம் கருத்துமுதல்வாதத்திற்கு வர்க்க சார்பு இருக்கிறது. அது மக்களை ஒடுக்கி சுரண்டுபவன் பக்கம் நிற்கிறது. அதேபோல் பொருள்முதல்வாதத்திற்கும் கூட வர்க்க சார்பு இருக்கிறது. அது உழைப்பவன் பக்கம் நிற்கிறது.

இவை இரண்டுக்குமான முரண்பாடு எளிதானது அல்ல. ஒன்றுக்கொன்று முட்டி மோதிக் கொண்டே தீரும்.

இவற்றில் எவற்றின் பக்கம் நாம் நிற்பது? என்பதே முக்கியமான கேள்வி.

மானுடம் வாழ உருவானது இந்த உலகம். மானுடம் இயற்கையின் ஒரு அங்கம். சிலநபர்கள் தங்களின் சுயநலத்துக்காக பெருவாரியான மக்களை ஒட்டச் சுரண்டுகிறார்கள்

முதலாளித்துவம் என்பது ஒருஅராஜகமான உற்பத்திமுறையை கொண்டிருக்கிறது. பொருட்களை உற்பத்தி செய்தவன் அதை அனுபவிக்க முடியவில்லை.

ஆனால், எந்த உழைப்பிலும் ஈடுபடாத சோம்பேறி முதலாளிகள் உலகத்தின் நவீனமான பொருட்களை அனுபவிக்கிறார்கள். இதுபற்றி கேள்வி கேட்டால் போலீசை விட்டு அடிக்கிறார்கள்.

சிறையில் தள்ளுகிறார்கள். அவர்களுக்கென அரசாங்கம். நாடாளுமன்றம், அமைச்சர் பதவி என சொகுசாக வாழ்கிறார்கள். இப்படிப்பட்ட சுகபோகம் அவர்களுக்கு எங்கிருந்து கிடைத்தது? கடவுள் கொடுத்தது என்றால் நம்ப முடியுமா?

ஏன், கடவுளுக்கு இந்த ஓர வஞ்சனை என்று நாம் கேட்க வேண்டியதிருக்கிறது அல்லவா? ஒருகண்ணில் வெண்ணையும் இன்னொரு கண்ணில் சுண்ணாம்பும் வைத்திருப்பவன் எப்படி கடவுளாக இருக்க முடியும்?

இதுதான் கடவுள் என்ற கருத்துருவாக்கத்தன் மீது நமக்கு கோபம் வருகிறது.

கடவுள் கட்சிக்காரரர்கள் இந்த இடத்தில் நமக்கு பாவ புண்ணிய கணக்கை போதிக்கிறார்கள். இன்று நமது கஷ்டத்துக்கு ஊழ்வினையே காரணம் என்கிறார்கள்.

இந்த ஊழ்வினை என்ற புரட்டை உடைத்து நொறுக்க வேண்டியது மானுடம் நேசிக்கும் அனைவரது கடமை.

அப்படியொரு சிறப்பான காரியத்தை தான் சற்றேரத்தாழ ஐரோப்பாவில் வாழ்ந்த கார்ல் மார்க்ஸ் மற்றும் பிரடெரி ஏங்கெல்ஸ் இருவரும் செய்து காட்டினார்கள்.

பொருட்கள் என்றால் என்ன? என்பதற்கான சரியான விளக்கத்தை நமக்கு கொடுத்தார்கள். உலகம் எப்படி இயங்குகிறது? இயற்கையான பொருட்களுக்கான இயக்கம் என்னென்ன விதிகளுக்கு உட்பட்டு இயங்குகிறதோ அவையேதான் மனிதகுல சமுதாய வளர்ச்சிக்கும் பொருந்தும் என்றார்கள்.

மனித சிந்தனைக்கு காரணம் அவன் ஈடுபடும் உற்பத்தி நடவடிக்கையிலிருந்தே உருவாகின்றன என கூறினர்.

ஆண்டாண்டு காலமாக மனிதனை மனிதன் ஒடுக்கி சுரண்டுவதற்கு தனிச் சொத்துடமையே என்று விளக்கினார்கள்.

உற்பத்தி முறையின் மாற்றமே சமுதாய மாற்றத்திற்கு காரணம் என்று சொன்னார்கள்.

உற்பத்தி முறை என்பது உற்பத்தி சக்திகள் மற்றும் உற்பத்தி உறவுகளை உள்ளடக்கியதே. அப்படியானால் உற்பத்தி சக்திகள் என்றால் என்ன? உற்பத்தி உறவுகள் என்றால் என்ன? என்பதை துல்லியமாக விளக்கினார்கள்.

ஒவ்வொரு உற்பத்தி முறையும் எப்படி ஒரு அரசியலை தோற்றுவிக்கிறது? இதில், ஆள்பவன் ஏன் பணக்கார ஆண்டை அடிமை மற்றும் முதலாளிகள் நலனையே பிரதிபலிக்கிறான்.

அவனுக்கு போலீஸ், ராணுவம், நீதித்துறை மற்றும் நிர்வாகத்துறை எதற்கு தேவைப்படுகிறது?

அரசு என்றால் என்ன? மக்களால் தேர்ந்தெடுக்கப்படும் நாடாளுமன்றங்களை விட அதிகார வர்க்கம் எப்படி முக்கியத்துவம் பெறுகிறது?

கலை, இலக்கியம் என்றால் என்ன? அவற்றுக்கு வர்க்க சார்பு இருக்கிறதா?

முதலாளி தன்னுடைய லாபத்தால் சொத்து சேர்த்ததாக சொல்கிறானே அந்த லாபம் அவனுக்கு எப்படி கிடைக்கிறது.

தொழிலாளியை சுரண்டாமல் எந்த முதலாளியும் ஏன் வாழ முடியாது? ஒருபொருளுக்கான விலை எப்படி நிர்ணயிக்கப்படுகிறது? கூலி என்றால் என்ன?

நமக்கு முதலாளி சரியான கூலியைத்தான் தருகிறானா? இயந்திரங்களை ஏன் நவீனப்படுத்திக் கொண்டே முதலாளிகள் இருக்கிறார்கள்?

காலம் முழுக்க முதலாளி முதலாளியாகவே இருக்க முடியுமா? பாட்டாளி அவனுக்கு அடிமைப்பட்டு கிடப்பதுதான் விதியா?

முதலாளித்துவத்துடன் மனித சமூக வளர்ச்சி நின்று விடுமா? பாட்டாளி யாருக்கும் கைகட்டி நிற்காமல் தனக்கான அரசை அமைத்து வாழ முடியுமா?

சாதிமத பேதமின்றி மனிதன் வாழ முடியுமா? தேசங்களுக்கிடையிலான எல்லைகள் எப்போது தகர்க்கப்படும்? பொதுவுடமை சமூகம் என்றால் என்ன? அங்கே மானுடம் மட்டுமே எப்படி தழைத்திருக்கும்?

இப்படி எண்ணற்ற கேள்விகளுக்கு அவர்கள் முரணற்றதாக அறிவியல்ரீதியாக விடைகளை சொன்னார்கள்.

இன்றைய பொருள்முதல்வாதம் என்பது மார்க்ஸ் ஏங்கெல்ஸ் வகுத்ததுதான்.

அந்த பொருள்முதல்வாதப் பாதையே சிறப்பானது. அவர்கள் சமூக விஞ்ஞானமாக பொருள்முதல்வாதப் பாதையை வளர்தெடுத்தார்கள். அதில், பயணித்தால் ஒருபொன்னுலகை அடையலாம் என்று வழிகாட்டினார்கள்.

இப்போது புரிகிறதா? ஆன்மீகவாதிகள் எப்படி கடவுளை அடையலாம் என்று வழிகாட்டி நம்மை சுரண்டல்வாதிகளுக்கு பலி கொடுக்கிறார்கள்?

பொருள்முதல்வாதிகள் எப்படி மானுட வாழ்க்கை சிறப்பாக அமைய சுரண்டலை ஒழிக்க வழிகாட்டினார்கள்? என்று.

இப்போது நம்முன்னே உள்ள கேள்வி நாம் கண்டறியாத கடவுளை நோக்கி கண்ணைக் கட்டிக் கொண்டு போவதா?

பொருள்முதல்வாத வழியில் நடந்து இந்த ஜென்மத்திலேயே பொன்னுலகத்தை அடைவதா?

பொருள்முதல்வாதம் என்றால் என்ன? என்பது வெறும் கருத்துக்களை தெரிந்து கொள்வதல்ல.

அது ஒரு வாழ்க்கை முறை. அது ஒரு மானுட வாழ்வியல்.

மேலும், மேலும் பொருள்முதல்வாதத்தை விரிவாக தெரிந்து கொள்வது மானுட அறிவியலை பிழையில்லாமல் பயில்வதாகும்.

இந்த பயிற்சி எல்லா மனிதர்களுக்கும் அவசியம் வேண்டும். அப்போது தான் நம்மை கருத்துமுதல்வாதிகள் கடவுளின் பெயரால் ஏமாற்ற முடியாது. பாவப் புண்ணிய கணக்கை சொல்லி ஏய்க்க முடியாது. மனிதனாய் பிறந்தவன் யாருக்கும் பயனின்றி அழிந்து விடக் கூடாது என்பார் கார்ல் மார்க்ஸ். அது மகத்தான உண்மை.

மானுடத்திற்கு எதிரான அனைத்து கொடுமைகளும் முதலாளிகளின் பணத்தாசை மற்றும் லாபவெறியிலிருந்து எழுகின்றன. மார்க்சியம் இதை அம்பலப்படுத்தி ஆதாரபூர்வமாய் நிரூபித்து, சுரண்டலற்ற புதிய அமைப்பதற்கான நவீனகால பொருளாதாரத்தை தன்னுடைய அடித்தளமாக வைத்திருக்கிறது.

பொருள்முதல்வாதம் ஒருகுறிப்பிட்ட விஞ்ஞானப் பார்வையுடன் கூடியது. அதற்கான அறிவியல் பாடம் நாம் பயின்ற பள்ளிகளில் மற்றும் கல்லூரிகளில் கற்பிக்கப்படுவதில்லை.

ஏனெனில், பொருள்முதல்வாதம் என்று மனித குலத்தின் அனைத்து துறைகளிலும் உயிரோட்டமான ஆய்வு முறையை முன் வைக்கிறது. பள்ளிப் பாடம் முதலே இதைப் பயிலும் மாணவன் நிச்சயம் சமூக கொடுமைகளுக்கு எதிராக போராடவே செய்வான்.

ஆளும்வர்கத்திற்கு அது ஆபத்து. எனவே தான் மாணவனுக்கு பிற்போக்கு கல்வி போதிக்கப்படுகிறது.

நீண்ட நெடுங்காலமாக கல்வி மறுக்கப்பட்ட ஒடுக்கப்பட்ட மக்கள் ஆங்கிலேயர் வருகைக்கு பின்னர், முழுமையாக இல்லாமல் பேருக்கு கொஞ்சம் கல்வி பயில அனுமதிக்கப்பட்டனர்.

ஆயினும், ஆங்கிலேயர் விஞ்ஞானப் பூர்வமான கல்வியை நமக்கு போதித்து விடவில்லை.

குமாஸ்தா கல்வியெனும் மெக்காலே என்ற ஆங்கிலேயர் வகுத்து தந்த சொன்னதை சொல்லும் கிளிப்பிள்ளை என்றளவில் மட்டுமே நமக்கு கல்வி கொடுத்தார்கள்.

சுயமாக சிந்திக்கும் கல்விமுறை கடந்த இரண்டாயிரம் ஆண்டுகளாக இந்திய துணைக்கண்ட மக்களுக்கு எந்த ஆளும் வர்க்கத்தாலும் தரப்படவேயில்லை என்பதே உண்மை.

ஒருகாலத்தில் மேட்டுக் குடிகளுக்கு மட்டுமே கல்வி என்ற அளவீடு இருந்தது. ஏழைக் குடியானவனுக்கு கல்வி அப்பட்டமாகவே மறுக்கப்பட்டது. மற்றவர்களுக்கு கூட சாதிபடி நிலை வைத்தே கல்வி கற்பிக்கப்பட்ட நிலை இருந்த காரணத்தால் பெருவாரியான உழைக்கும் மக்கள் கல்வியறிவற்றவர்களாக வாழ்ந்து மடிய நேர்ந்தது.

இந்த காரணத்திலாயே இந்தியாவில் அறிவியல் பூர்வமான கண்டுபிடிப்புகள் நிகழவில்லை. படிக்க ஒரு கூட்டம், உழைக்க ஒரு கூட்டம் என உழைப்பையும் படிப்பையும் பிரித்து வைத்தார்கள்.

எனவே, மனித வாழ்க்கையின் நடைமுறையிலிருந்து உருவாக வேண்டிய கண்டுபிடிப்புகள் உருவாக்கப்படாமலேயே போயின.

ஒருவேளை கல்வி சம அளவில் அனைத்து மக்களுக்குமானதாக இந்தியாவில் இருந்திருந்தால், வெள்ளையனே கூட இந்தியாவை அடிமைபடுத்தியிருக்க முடியாது.

இரா. பாரதிநாதன்

எப்படியென்றால், ஐரோப்பியர்களைக் காட்டிலும் அல்லது ஐரோப்பாவை போல கல்வியறிவை இந்தியர்கள் பெற்றிருந்தால், நவீன இயந்திரங்கள் கண்டுபிடிக்கப்பட்டிருக்கும்.

வெறும் துப்பாக்கிகள், பீரங்கிகள் மற்றும் குறைந்த அளவிலான ஆங்கிலேயப் படைகளை வைத்துக் கொண்டு பிரிட்டிஷ் இந்தியாவை கைப்பற்றி இருக்க முடியாது.

உற்பத்தி முறையினால் நவீனமாக வளர்ந்து விட்ட ஒருதேசத்தின் முன்னால், பின் தங்கிய நாடான இந்தியாவால் நிற்க முடியவில்லை. ஆங்கிலேயர் வருகைக்கு முன்னால் நவீனத்தை நோக்கி இந்தியா காலெடுத்து வைக்கும் சூழலில் தான் வெள்ளையன் நமது பொருளாதார வளர்ச்சியில் தலையிட்டான்.

அதேசமயம் இந்தியாவில் பெரிய அரசுகளின் காலம் முடிந்து வெறும் சிற்றரசர்கள், பாளையக்காரர்கள் நிலத்தின் மீதான தங்களது பேராசையால் ஒருவருக்கொருவர் சண்டையிட்டுக் கொண்டு வெள்ளையனிடம் தங்கள் குடுமியை தாங்களே பிடித்துக் கொடுத்துக் கொண்டனர்.

வெள்ளையனின் பிரித்தாளும் சூழ்ச்சியை புரிந்து கொண்டு செயலாற்றக் கூடிய இந்த மண்ணின் மீது பற்றுக் கொண்ட உழைக்கும் மக்கள் கல்வியறிவற்றவர்களாக இருந்தனர்.

மேட்டுக்குடிகள் தங்களை கல்வியறிவுள்ளவர்களாக வஞ்சமாக மாற்றிக் கொண்டாலும், அவர்கள் அடிமை புத்தியுள்ளவர்களாக இருந்தனர்.

அவர்கள் வெள்ளையர்களை எதிர்த்து போராட துணிவற்றவர்களாக இருந்தனர்.

எனவே, குறிப்பிட்ட காலத்திலேயே ஆங்கிலேயன் இந்தியாவை வெற்றிகரமாக ஆட்சி செய்ய ஆரம்பித்தான்.

வெள்ளையனும் ஏதோ முற்போக்காளன் போல இந்திய மக்களிடையே தன்னை காட்டிக் கொண்டான். உண்மையில், அவன் இந்திய மக்களை பல்வேறு சூழ்ச்சிகள் செய்து பிரித்தாண்டான். ஆரிய திராவிட மோதலை ஊக்குவித்தான். கால்டுவெல்லின் திராவிட ஒப்பிலக்கணம் அதற்கு வெகுவாக பயன்பட்டது. நமது கல்விமுறை என்பதே பொருள்முதல்வாத அறிவியல் கண்ணோட்டத்திலிருந்து உருவானதல்ல.

ஆட்சியாளர்கள் முதலாளிகளின் நிறுவனங்களில் வேலை செய்ய தேவையான கூலிப் பட்டாளங்களை பள்ளி கல்லூரிகளிலிருந்தே உருவாக்கி தருகின்றனர்.

இங்கே படிப்பு என்பது வெறும் ஏட்டுக் கல்வி அதாவது மதிப்பெண் கல்வி என்கிற அளவில் மட்டுமே உள்ளது. கோழிப் பண்ணை மாதிரி குஞ்சுகளை இயந்திரங்களில் பொரித்து கல்வி நிறுவனங்களிலிருந்து வெளியே அனுப்புகின்றனர்.

நல்ல மார்க் எடுத்திருக்கிறான் ஒரு மாணவன் என்பதால் அவன் அறிவுப்பூர்வமானவனாக இருப்பதில்லை. சொன்னதை சொல்லும் கிளிப்பிள்ளை மாதிரி சிறப்பாக மனப்பாடம் செய்தான் என்ற அளவிலேயே மாணவன் இருக்கிறான்.

உண்மையில் சிறந்த சாதனையாளர்கள் யாரை மட்டும் எடுத்துக் கொள்ளுங்கள். அவர்கள் பெரிதாக பள்ளிப் படிப்பில் சாதித்தவர்களாக இருக்க மாட்டார்கள்.

சுயமாக திறமையை வளர்த்துக் கொண்டு இன்று பெரிய அளவில் உலகத்தின் முன்னணி நிறுவங்களில் பணியாற்றும் இந்தியர்கள் நிறைய உள்ளனர்.

எனவே, பொருள்முதல்வாத அறிவு என்பது பள்ளிப் பாடத்தில் இல்லை. ஒருமுறை சீனத்தில் புரட்சி நடந்து கொண்டிருக்கும் சூழலில் அந்த நாட்டின் கம்யூனிஸ்ட் தலைவரும் புரட்சியாளருமான மாசேதுங் அவர்கள் அந்த நாட்டின் மாணவர்களுக்கு ஒருஅறைகூவல் விடுத்தார்.

'மாணவர்களே வகுப்பறையை விட்டு வெளியே வாருங்கள்' என்ற அந்த புகழ்பெற்ற அறைகூவலில் அவர் மனப்பாட கல்விமுறையினால் மாணவனின் அறிவு வளராது. சிறப்பான பொருள்முதல்வாத அறிவியல் கண்ணோட்டத்தில் உருவான கல்விதான் மாணவனின் வாழ்வை மேம்படுத்தும். அப்படியொரு படிப்பைப் பெற பிற்போக்கு கருத்துமுதல்வாத அரசை தூக்கியெறிய வேண்டும். அணிதிரண்டு வாரீர்! என்றார்.

இந்த ஆட்சி முறை என்பது சுரண்டலை எதிர்த்து கேள்வியை எழுப்பாத மாணவனை உருவாக்குகிறதே தவிர, முற்போக்கு சிந்தனை கொண்டவனை அல்ல.

மாணவன் என்பவன் ஆட்சியாளர்களுக்கும் கல்வி நிறுவனங்களுக்கும் கட்டுப்பட்டவன். அவன் அரசியலில் ஈடுபடக்

இரா. பாரதிநாதன்

கூடாது. ஆசிரியரை, அரசாங்கத்தை எதிர்த்து கேள்வி கேட்க கூடாது என்பதுதான் ஆளும் வர்க்கத்தின் நோக்கம்.

அதே சமயத்தில் கல்லூரிகளில் காசு செலவழித்து தங்கள் குழந்தைகளை படிக்க வைக்கும் பெற்றோர் கூட அதை விரும்புவதில்லை.

தங்கள் பிள்ளைகள் மென்பொருள் கல்வி கற்று ஏதேனும் ஒரு நிறுவனத்தில் பெரிய அளவில் சம்பளம் வாங்க வேண்டும். அவன் வெளிநாட்டில் போய் பணிபுரிய வேண்டும். க்ரீன்கார்டு வாங்கி அங்கேயே செட்டிலாகி விட வேண்டும் என்றே நினைக்கிறார்கள்.

அதனால் தான் இங்கே கல்வி சமூக முன்னேற்றத்திற்கானதாக இல்லாமல் வருவாய் தரும் ஒருதுறையாகவே இருக்கிறது.

மேலைநாடுகளில் அறிவியல்பூர்வமான கல்வி கற்றுத் தரப்படுகிறது என்று சொன்னாலும் கூட, அதிலும் கூட நவீன பொருள்முதல்வாத கண்ணோட்டத்தை உள்ளடக்கிய மார்க்சிய கல்விமுறை கற்பிக்கப்படுவதில்லை.

ஏனெனில், உண்மையான பொருள்முதல்வாத கண்ணோட்டம் என்பது சுரண்டலற்ற சமுதாயத்தை உழைக்கும் வர்க்கத்தின் கீழ் உருவாக்குவதிலேயே இருக்கிறது.

அப்படியொரு சமுதாயத்தை எந்த முதலாளித்துவ அரசும் விரும்புவதில்லை.

அவர்கள் தங்களது சுகபோக வாழ்க்கையை விட்டுத் தர தயாராக இல்லை. எனவே, தனது சுரண்டலுக்கு சேவை செய்யும் கல்விமுறையை மாணவனை விரும்புகிறார்கள்.

எனவே, மிகவும் முன்னேறியதாய் சொல்லப்படும் நாடுகள் பொருள்முதல்வாத கண்ணோட்டத்திலான கல்வியை தங்களுக்கு எதிரானதாகவே பார்க்கின்றன.

சமீபத்தில் உலகை ஆட்டிப்படைத்த கொரோனா பெருந்தொற்றை நெஞ்சுரத்தோடு சந்தித்த நாடு கியூபா. இன்று உலகிலேயே மருத்துவத்தில் கொடிகட்டிப் பறக்கும் நாடு கியூபா.

அங்கு மற்ற நாடுகளை விட ஓரளவுக்கு அறிவியல்பூர்வமான கல்வி கற்றுத் தரப்படுகிறது என்றே சொல்ல முடியும்.

ரஷ்யா முதல் கொரோனா தடுப்பூசியை தான் கண்டுபிடித்ததாக அறிவித்த நேரத்தில் இந்தியா தட்டுகளை தட்டுவதும் விளக்கேற்றி சாமி கும்பிடுவதாக இருந்தது.

அதற்கு காரணம் இங்கே மதவாத கண்ணோட்டத்திலான அரசு வாய்த்தது. இந்த மதவாத கண்ணோட்டத்தில் இந்துத்துவ அரசு விரும்புவர்களே கல்வித் துறையிலும் இருக்கிறார்கள்.

அவர்கள் அரசின் நோக்கத்திற்கு இசைவான கல்விக் கொள்கைகளையே வகுக்கிறார்கள். அவர்களால் எப்படி பொருள்முதல்வாத அடிப்படையில் கல்வித்துறை கொள்கையை வகுக்க முடியும்.

கருத்துமுதல்வாத சிந்தனை என்பது எந்த விதத்திலும் அறிவுபூர்வமானது அல்ல.

பரம்பொருள்தான் எல்லாவற்றையும் படைத்தவன் என்பவனால் எப்படி அறிவியல்பூர்வமாக சிந்திக்க முடியும்?

பொருட்கள் மாயை என்பவனால் எப்படி அதைப்பற்றிய அடிப்படையை அறிய முடியும்.

வெளிநாட்டில் நமது நாட்டை விட பிற்போக்குவாதிகள் இருந்தார்கள். அதற்கு உதாரணமாக பெர்க்லி பாதிரியார் என்று ஒருவர் இருந்தார். அவர் பொருள் கலப்பற்ற ஆன்மா பேசினார்.

அவரது கருத்தில் ஆன்மா தான் பொருளை படைத்தது. ஆன்மாவின் படைப்புதான் பொருள். நமது சிந்தனைக்கு வெளியே புற உலகம் என்ற ஒன்று நிச்சயம் கிடையாது என்று அடித்துக் கூறினார்.

இந்த விஷயத்தில் கருத்துமுதல்வாதிகள் என்பவர்கள் உலகம் முழுக்கவே ஒரேமாதிரிதான் இருந்தார்கள். தற்போதும் இருக்கிறார்கள். தத்துவாத கண்ணோட்டத்தில் பொருள்முதல்வாதமும் கருத்துமுதல்வாதமும் நேரெதிரானவை.

இவற்றுக்கிடையிலான போராட்டம் என்பது நீண்ட நெடியது. விஞ்ஞானம் வளர்ந்த இந்த காலத்தில் கூட கடவுள் நம்பிக்கை மட்டுமல்ல, அதற்கு, சரிக்கு சமமாக பேய், பிசாசு பற்றிய எண்ணங்களும் நீடித்திருக்கிறது.

இரா. பாரதிநாதன்

பொருட்களுக்கு அழிவில்லை என்று பொருள்முதல்வாதிகள் கூறுகிற அதேநேரத்தில், ஆன்மாவுக்கு அழிவில்லை என்று ஏட்டிக்கு போட்டியாக கருத்துமுதல்வாதிகள் வந்து நிற்கிறார்கள்.

பொருள்முதல்வாதிகள் பொருளுக்கு அழிவில்லை என்று கூறுவதற்கு அடிப்படை காரணம் என்ன? பொருளை யாரும் படைக்கவில்லை. படைப்பு என்ற ஒன்று இருந்தால் தானே அழிவும் இருக்க முடியும்?

அதேசமயத்தில், பொருள் எப்படி அழியாமல் ஒன்று இன்னொன்றாய் மாறுகிறது? என்ற கேள்விக்கான விடையை முரணின்றி பொருள்முதல்வாதிகளால் கூற முடியும். ஒருமனிதன் இறந்து விட்டான் என்றே எடுத்து கொள்வோம். ஆனால், அவனது இறப்பு என்று கருதப்படுவதில் வேறொரு பொருள் உருவாகிறதே எப்படி?

ஆன்மாவுக்கு அழிவில்லை என்று அழிச்சாட்டியம் செய்கிற கருத்துமுதல்வாதிகள் தான் பேய், பிசாசு, சைத்தான் என்ற கதைகளுக்கு பிரசவ ஆஸ்பத்திரி கட்டி வைத்திருக்கிறார்கள்.

அழிவில்லாத ஆன்மா எங்கே வாழ்கிறது? பகவத் கீதையில் கண்ணன் சொன்னது போல மானுடர் உடலுக்கு அழிவிருக்கிறது. ஆனால், ஆன்மாவுக்கு அழிவிருக்கிறது.

அப்படியென்றால் உலகம் தோன்றிய பல்லாயிரக்கணக்கான ஆண்டுகளை கணக்கிட்டால் உயிரோடு இருக்கும் மனிதனை விட ஆன்மாவே உலகில் அதிகம் பெருகியிருக்கும்? அப்படிப்பட்ட ஆன்மாக்களுக்கு உலகில் எங்கே இருக்கிறது இடம்?

சரி, ஆன்மா எங்கேயோ சுடுகாட்டு மரங்களில் தொங்கிக் கொண்டு இருந்து தொலையட்டும்.

உடலை விட்டு ஆன்மா எப்படி தனித்து வாழும்? உயிர் என்பது இயக்கம். அந்த உயிர் இயக்கத்தின் முடிவில் நின்று விடுகிறது.

உடல் என்பது உயிருக்கு அடிப்படையாக அதன் ஜீவனை தாங்கி நிற்கும் கூடு. ஜீவனில்லாத ஆன்மா எப்படி தனித்து வாழும்?

மனித குலத்துக்கு இந்த பேய்க் கதைகள் முன்னேற்றத்துக்கு தடையாக இருக்கின்றன. இரவு நேரத்தில் வெளியே சென்றால் பேய் பிடித்துக் கொள்ளும்.

இருட்டுக்கும் பேய்க்கும் அப்படி ஒட்டுறவு. பேய் வாழ்வது இருட்டில் தான் என்றால், இரவில் அந்த பேய்க்கள் எங்கு போய் ஒழிந்து கொள்கின்றன?

நமக்கு தெரிந்து மினவிளக்கு தெருவுக்கு தெரு போடப்பட்ட பிறகு, பேய்கள் நடமாட்டம் குறைந்து விட்டன.

பேயின் தோற்றத்துக்கு இன்னொரு காரணமாக பூசாரிகள் என்ற கருத்துமுதல்வாதிகள் சொல்வது நிறைவேறாத ஆசையில் செத்தால் தான் பேயாக மாற முடியும்.

அப்படிப் பார்த்தால் ஏதேனும் ஒரு ஆசை மனிதனுக்கு நிறைவேறாமல் போய் அவன் சாகத்தான் செய்கிறான்.

அப்படிப் பார்த்தால், எல்லா உயிர்களுமே நிறைவேறாத ஆசையில் தான் சாகின்றன.

இப்படிப்பட்ட கதைகள் என்ன காரணத்துக்காக கிளப்பி விடப் படுகின்றன. அதுவொரு பிழைப்புவாதம். சாமி கதைகள் எப்படி ஆன்மீகவாதிகளுக்கு பிழைப்பு வாதமாக இருக்கிறதோ அப்படியேதான் ஆன்மாவாதிகளுக்கு பேயும் ஒருபிழைப்புவாதம்.

இன்றைய இணையம் பெருகி விட்ட காலத்தில் மாயம், மந்திரம், பில்லி, சூனியம் பற்றிய கட்டுக் கதைகளை சொல்லும் வெப்சைட்டுகள் ஏராளமாய் இருக்கின்றன.

இந்த பேயை விரட்டுகிறேன் பேர்வழி மக்களிடம் காசுப் பணம் பிடுங்கும் மந்திரவாதிகள் நிறைய இருக்கிறார்கள்.

இவர்கள் வாயை திறந்தாலே பொய்தான். பொய்தான் இவர்களது மூலதனம். அது மட்டுமல்லாமல் இறந்தவர்களை வரவழைத்து பேசுவதாக கூறுபவர்கள் நிறைய பேர் இருக்கிறார்கள்.

இவர்களை வைத்து சில சேனல்கள் ஷோ நடத்துகிறார்கள். இந்த பேய்கதைகள் இப்போது சினிமாவில் கல்லா கட்டுகின்றன.

சமீபகாலமாக பேய்படங்களே அதிகம் வருகின்றன. பேயை வைத்து விதவிதமாய் காசு சம்பாதிக்கிறார்கள். இங்கும் கூட பிழைப்பவாதமே பிரதானம்.

பேய்களில் நல்ல பேய்கள் கெட்ட பேய்கள் என்று உண்டாம். கெட்ட பேயால் மனிதன் பாதிக்கப்படும் போது அவனுக்கு நல்ல பேய் உதவி செய்கிறதாம்.

இரா. பாரதிநாதன்

குழந்தைகளுக்கு பேயை கண்டால் மிகவும் பிடிக்குமாம். அதேபோல குழந்தைகளையும் பேய்க்கு பிடிக்குமாம். குழந்தைகளுக்கு வில்லன்களால் ஆபத்து நேரும் போது பேய்கள் வந்து காப்பாற்றுகின்றனவாம்.

உண்மையில், உலகத்தில் குழந்தைகளின் நிலைமை தான் மிகவும் மோசம். ஒவ்வொரு வருடமும் ஆயிரக்கணக்கணக்கான குழந்தைகள் பசி, பட்டினியால் சாகின்றன.

ஆப்பிரிக்காவில் வறுமை தாண்டவமாடும் நாடுகளில் எலும்பும் தோலுமாய் சாவை எதிர்நோக்கியிருக்கும் குழந்தைகள் எத்தனை பேர்? அந்த கொடுமையை படம் பிடித்தார் ஒருபுகைப்படக்காரர்.

ஒரு ஆப்பிரிக்க கருப்பின குழந்தை எலும்பும் தோலுமாய் சாவின் விளிம்பில் அமர்ந்திருக்கிறது. அந்த குழந்தையின் கண்களில் ஒளியில்லை. அதற்கு எத்தனை நாட்களாயிற்று உணவு கிடைத்து என்று தெரியவில்லை.

அந்த குழந்தையை பார்த்தபடி ஒருகழுகு அருகாமையில் உட்கார்ந்து இருக்கிறது. அடுத்த நொடியில் அந்த குழந்தை பசியால் செத்து விடும். நாம் அதை கொத்தி தின்னலாம் என்ற அந்த பிணந்தின்னி கழுகு ஆவலுடன் காத்திருக்கிறது. எத்தனை கொடுமையான காட்சி பார்த்தீர்களா?

அந்த குழந்தைக்கு மிஞ்சிப் போனால் நான்கைந்து வயதிருக்கும். அதன் பெற்றோர் எங்கே போனார்கள்? என்று தெரியவில்லை. தன் குஞ்சை தூக்கினால் கழுகிடம் கோழி கூட போராடுமே. கழுகை விரட்டி விரட்டி கொத்துமே.

அந்த ஆப்பிரிக்க குழந்தையின் பெற்றோருக்கு கோழியின் தைரியம் கூடவா இல்லை? எங்கே அவர்கள்?

நிச்சயம் அந்த பெற்றோர் உயிரோடு இருக்க வாய்ப்பில்லை. அவர்களும் பசி, பட்டினியால் இறந்து போயிருக்கலாம். அவர்களின் உடல்களையும் ஒன்றோ இரண்டோ அல்லது கழுக்கு கூட்டமோ கொத்தி தின்றிருக்கலாம்.

இப்படிப்பட்ட குழந்தைகளுக்காக பேய்கள் இறங்காதா? சாகக் கிடக்கும் குழந்தைக்கு பேய்கள் உணவு கொடுக்காதா?

மேற்கண்ட புகைப்படத்திற்கு சர்வதேச அளவில் ஒருபெரிய விருது கிடைத்தது. ஏராளமான பரிசுத் தொகை போட்டோகிராபருக்கு கிட்டியது.

ஆனால், அந்த போட்டோகிராபருக்கு தன் கண்ணெதிரே சாவை எதிர்நோக்கியிருந்த அந்த ஆப்பிரிக்க குழந்தைக்கு ஒருவாய் தண்ணீர் கூட தரவில்லையே நாம் என்று தன் சுயநலத்தை எண்ணி வருந்தி கடைசியில் ஒருநாள் தற்கொலை செய்து கொண்டார்.

இந்த ஒருகுழந்தைக்கு நேர்ந்த கதி ஒரு சர்வதேச அளவில் பேசப்பட்ட புகைப்படத்தினால் வெளியே தெரிந்தது.

ஆனால், வெளியே தெரியாத சம்பவங்கள் எத்தனை? வியட்நாம் மீது வல்லரசுகள் போர் தொடுத்த சமயத்தில், அந்த நாட்டில் ஒருசிறுபெண் குழந்தை உடம்பெல்லாம் நெருப்பு பற்றி எரிய போர் பின்புலத்தில் ஓடி வந்த அந்த காட்சி உலகின் மனசாட்சியை உலக்கவில்லையா?

உலகில் அநீதியான போரினால் சாகும் குழந்தைகள் எத்தனை? இதெல்லாம் வாழ்க்கை என்றே என்னவென்று தெரியாத அந்த பிஞ்சுகளின் தலைவிதி என்று கூறுவார்களா கருத்துமுதல்வாதிகள்?

கடவுள் அல்லது பேயை நம்பும் அத்தனை பேரையும் இங்கே நாம் சொல்லவில்லை.

அப்பாவி மக்கள் தங்கள் அறியாமையினால் கருத்துமுதல்வாதிகள் கட்டி விடும் கட்டுக் கதைகளை நம்புகிறார்கள். இவர்களையும் திட்டமிட்டு ஆன்மா, பேய், சைத்தான் என்று குழப்புபவர்களையும் ஒரே தட்டில் வைக்க முடியாது. என்றாலும் கருத்துமுதல்வாதிகளை அம்பலப்படுத்தாமல் பொருள்முதல்வாதம் வெல்லாது.

பொருள்முதல்வாதத்தின் பார்வையில் கடவுள் பரம்பொருள் இவற்றுக்கெல்லாம் என்ன இடமோ அதேதான் பேய் பிசாசு, தனித்து வாழும் ஆன்மா என்ற கருத்துக்களுக்கு.

கெட்டவர்களை நல்லவர்கள் நிஜத்தில் வெல்ல முடியாமல் போனால், பேயாக வந்து பழிவாங்குவார்கள் என்பெதெல்லாம் கருத்துமுதல்வாதிகள் கெட்டவனுக்கு எந்த வகையிலாவது தண்டனை உண்டு என்று பசப்பும் நீதிபோதனையே தவிர உண்மையில்லை.

ஆன்மா என்பது எந்த காலத்திலும் உடலை விட்டு தனியே உயிர் வாழாது.

ஒருமரம் இருக்கிறது அதுவொரு காலத்தில் நன்றாக பூத்துக் குலுங்கி, கனிகள் கொடுத்தது. அது உண்மைதான். ஆனால்,

நாளடைவில் அந்த மரம் பட்டுப் போகிறது. அதற்கு காரணம் மரத்தின் ஆயுள் முடிந்து விட்டது.

முதிர்ந்த மரம் மெல்ல மெல்ல தன் இயக்கத்தை நிறுத்திக் கொண்டு திடீரென ஒருநாள் சாய்ந்து விடுகிறது. இனி, அது விறகாக மாறி விடும் அல்லது மண்ணோடு மண்ணாக மக்கி விடும். இப்படித்தான் மனிதப் பிறவியும்.

மனிதனும் தன் ஆயுளை வாழ்ந்து தீர்த்து விட்டு மண்ணுக்குள் போய் விட வேண்டியது. மரத்தின் ஆன்மா எப்படி உயிர் வாழ்வதில்லையோ அப்படித்தான் மனித ஆன்மாவும்.

இப்படிப்பட்ட கதைக்குவாத கருத்துக்கள் திட்டமிட்டே பரப்பப்படுகிறது. ஏனெனில், தவறுகளை தட்டிக் கேட்கும் போர்க்குணம் எளிய மனிதனுக்கு வந்து விடக் கூடாது என்பதற்காகவே.

வர்க்க எதிரியை பழி தீர்க்க வீரர்கள் உருவாகி விடக் கூடாது என்பதற்காகவே 'எளியோரை வலியோர் அடித்தால் வலியோரை தெய்வம் அடிக்கும்' என்றெல்லாம் சொல்லி வைத்திருக்கிறார்கள்.

தீயவர்களுக்கு எப்போதும் தங்களை நல்லவர்கள் பழி தீர்த்து விடுவார்களோ என்ற அச்சம் இருந்து கொண்டே இருக்கிறது. அந்த அச்சத்தின் விளைவுதான் நீதிபோதனைக் கதைகளை உருவாக்கி கொண்டே இருப்பது.

உலகம் மாயை, ஆன்மா, கடவுள், பக்தி எனப்படுவதெல்லாம் எளியவர்களை ஏமாற்றவே.

வெறும் போலீஸ், ராணுவம், சட்டம், நீதி என்பதெல்லாம் நேரடியாக சுரண்டலை எதிர்த்து போராடுபவர்களை அடக்க ஆளும்வர்க்கம் பயன்படுத்தும் அடக்குமுறை கருவிகள்.

ஆனால், இதை மட்டும் வைத்துக் கொண்டு சுரண்டுபவன் உழைப்பவனை ஏய்க்க முடியாது. அவனை எப்போதும் ஒருவித போதையில் வைத்திருக்க வேண்டும் அதற்கு பக்தி மார்க்கம் சிறந்த வழி.

'எல்லாம் அவன் செயல்' என்று எளிய மக்களை தொடர்ந்து நம்ப வைக்க வேண்டும். அதற்கு குறுக்கு வழி மதபோதனை தான்.

பக்தியின் பெயரால் அல்லது மதத்தின் பெயரால் ஏமாற்ற ஒரேவழி கடவுள் நம்பிக்கை அணையாமல் இருக்க வேண்டும்.

அதற்கு தான் புதிய புதிய வழிகளில் கருத்துமுதல்வாதிகள் ஏமாற்றிக் கொண்டிருக்கிறார்கள்.

கடவுள் என்ற கற்சிலையை வைத்து வண்டியோட்ட முடியாது என்கிற நிலைக்கு வந்த போதுதான். புராண இதிகாசங்கள் பக்திமான்கள் உருவாக்கினார்கள்.

அதனால், அவர்களுக்கு என்ன லாபம்? என்று நினைத்தீர்களானால் இதிகாசங்களில் கடவுள் மனித அவதாரம் எடுத்து வருகிறாரே. அப்படி அவதார புருஷனாய் வரும் கடவுள் தனக்கு கட்டுப்படாத அரக்கர்கள் சூரசம்ஹாரம் செய்கிறார் அல்லவா.

இதில், கூட பார்த்தீர்களானால் நம்ம ஊர் சிறுதெய்வங்கள் இந்த மாதிரி அவதாரங்களை எடுக்காது. சிவன், விஷ்ணு போன்ற பெரிய தெய்வங்களே அவதாரங்கள் எடுத்து வருகின்றன.

கிராம தெய்வங்கள் ஒருஏரியாவை விட்டு இன்னொரு ஏரியாவை தாண்டிப் போகாது. சிவன், விஷ்ணு, பிரம்மா, அனுமன் என்றெல்லாம் இதிகாச புருஷர்களுக்கே அந்த சக்தி உண்டு.

சைவ வைணவ மறுமலர்ச்சி காலம் என்று ஒருசமயத்தில் தழைத்தோங்கியது.

அப்போது தனித் தனி கடவுள்களின் சித்தாந்தங்கள் தலையெடுத்தன. இவை சிறுதெய்வங்களை பெருதெய்வங்களின் கிளையாக மாற்றின. எப்படியென்றால், சிவன் என்ற பெருதெய்வ கருத்தாக்கம் நம்பெண் தெய்வங்களை மனைவியாக்கி கொண்டன.

சிவனுக்கு பார்வதி மனைவியானது இப்படித்தான். இன்னும் சொல்லப் போனால் வடநாட்டில் பிறந்த சிவன் இங்குள்ள சிறுதெய்வத்தோடு எப்படி இணைக்கப்பட்டான் என்பது தனிக் கதை.

தமிழ்க் கடவுள் முருகன் குறிஞ்சி நிலக் கடவுள். அவன் எப்படியோ பரம்சிவனின் பிள்ளையாகி விட்டான். விநாயகன் அண்ணனாகி விட்டான். தெய்வயானை மனைவியாகி விட்டாள்.

இப்படி எத்தனையோ விநோதங்கள் பக்தி மார்க்கத்தில் உண்டு. ஆனால், எல்லா தெய்வங்களும் தங்கள் சித்தாந்தங்களை புராண இதிகாசங்களை ஆன்மீக ஞானிகள் மூலமாக பரப்பி வருகின்றன.

சரி, இந்துக் கடவுள் மட்டும் தான் இப்படியா? மதத்துக்குள் அடங்குக் எல்லா கடவுள்களும் அப்படித்தான்.

இரா. பாரதிநாதன்

புத்தம், சமணம், ஆசிவகம் என்றெல்லாம் மதங்கள் உண்டு. எல்லா மதங்களும் ஆள்பவனான அரசனை நம்பியே பிழைத்தன. அரசனின் துணையோடு அவனை உழைக்கும் மக்கள் எதிர்த்து குரல் கொடுக்க விடாமல் செய்தன.

கறி சாப்பிடாத பலசாமிகள் மனித மாமிசங்களை உழைப்பவனை ஒட்டச் சுரண்டுவதால் உண்டு புசித்தன.

இதில், எந்த மதமும் விதிவிலக்கல்ல. என் மதம் உசத்தியென யாராலும் பேச முடியாது. வரலாற்றை எடுத்துப் பார்த்தால் வண்டி வண்டியால் கடவுள் மீது குற்றப்பத்திரிகை எழுதப்பட்டிருக்கின்றன.

அவதாரப் புருஷக் கடவுள்கள் புராண இதிகாசங்களில் கெட்டவனை அழிப்பதால், எளியவர்களின் கஷ்டத்திற்கு தற்காலி ஆறுதல் கூறப்படுகிறது.

கடவுள் அவதாரம் எடுத்து வருவார் என்பதே அது. ஆனால், நீண்ட நாளைக்கு சொன்னதையே திரும்பத் திரும்ப சொல்ல முடியுமா? தீயவர்களை அழிக்க கடவுள் அவதாரம் எடுத்து வருவார் என்று மக்கள் காத்திருந்து சலித்து விட்டார்கள்.

எனவே, இப்போது கடவுளர்கள் மனித உருவத்திலே வர ஆரம்பித்து விட்டார்கள். உண்மை நம்புங்கள்.

சத்குரு ஜக்கி வாசுதேவ் யாரென்று நினைக்கிறீர்கள். ஆதிசிவனின் தற்போத பிறவிதான்.

ஜக்கி எவ்வளவு விஷயங்களை தீர்த்து வைக்கிறார் பாருங்கள். குடிநீர் மற்றும் பாசன பிரச்னைகளை தீர்க்க நதிகளை இணைக்கப் போகிறார். அதற்கு பெரிய அளவில் நிதி கூட திரட்டுகிறார்.

சாமியாருக்கு எதற்கு பணம்? அவர்தான் கடவுள் அவதாரமாயிற்றே. அவர் நினைத்தால் கோடிக்கணக்கான பணத்தை சிருஷ்டி செய்து கொள்ள முடியாதா? இப்படியெல்லாம் யோசிக்கிறீர்களா? இன்கம்டாக்ஸ் டிபார்ட்மெண்ட்டுக்கு கணக்கு காட்ட வேண்டாமா? அதனால்தான் ஜக்கிவாசுதேவ் பொதுமக்களிடம் நிதி திரட்டுகிறார். இன்னொரு சாமியார் இருக்கிறார் நித்தியானந்தா சுவாமிகள் என்று அவருக்குப் பெயர்.

அவர் கைலாசா என்ற நாட்டையே தன் ஞானதிருஷ்டியால் சிருஷ்டித்து தன் சீடர்களுடன் அழகான சிஷ்யைகலுடன் வாழ்ந்து கொண்டிருக்கிறார்.

கற்சிலையான கடவுளர்கள் மீது நம்பிக்கையிழந்த மனிதர்கள், அதன் பிறகு, இதிகாச அவதார புருசர்களை போல பிறவி எடுத்த எண்ணற்ற சாமியார்களை நம்புகிறார்கள்.

இதில், பெண்கடவுள்களும் உண்டு. அவர்கள் மாதா அமிர்தானந்த மயி போல பக்தர்களை அரவணைத்து ஆசி தருகிறார்கள்.

இந்த சாமியார்களின் ஆசிரமங்களில் விசேஷ நாட்களில் பக்தர்கள் குவிகிறார்கள்.

நடுவில், இந்த ஆண்சாமியார்கள் மீது பல குற்றச்சாட்டுகள் வந்தன. அவர்கள் பெண்களை குறிப்பாக இளம்பெண்களுக்கு பக்தி போதையுடன் போதை வஸ்துகளை கொடுத்து மயக்கி வைத்திருக்கிறார்கள்.

இந்த சாமியார்கள் ஒருகுறிப்பிட்ட நாட்களை தேர்ந்தெடுத்து பக்தர்களிடம் நீண்ட பிரசங்கங்கள் செய்கிறார்கள்.

அதில், அவர்கள் சொல்வது இந்த உலகம் ஒருமாயை. பொன் பொருள் மாயை இந்த உடல் மாயை பரம்பொருளை அடைய தியானித்து இருங்கள்.

இதைத்தான் வேறுவேறு வார்த்தைகளில் சொல்கிறார்கள். சிலசமயம் தானே கடவுள் என்று கூறுகிறார்கள். சூரியனையே தங்களால் தாமதமாக உதிக்க வைக்க முடியும் என்கிறார்கள்.

இந்த அண்டத்தின் எல்லா பொருட்களும் தங்கல் ஆணைக்கு கட்டுப்பட்டவை என்கிறார்கள். உலகம் ஒரு மாயை என்றவர்கள் அந்த மாயை தனக்கு கட்டுப்பட்டது என்கிறார்கள்.

இந்த சாமியார் நித்தியானந்தா சிஷ்யைகளுக்கு ஐநா சபை கூட்டங்களில் பேச அனுமதி கிடைக்கிறதென்றால், உலக அரசியலில் இவர் போன்ற சாமியார்களுக்கு எத்தனை செல்வாக்கு இருக்கிறது என்பதை புரிந்து கொள்ளலாம்.

பெரும்பெரும் பணக்காரர்கள் இந்த சாமியார்களின் காலடியில் கொண்டு போய் பணமும் பொருளும் கொட்டுகிறார்கள். பல கார்ப்பரேட் முதலாளிகள் இந்த சாமியார்களை தேடி வருகிறார்கள்.

இந்த நாட்டு பிரதமரே இது போன்ற சாமியார்கள் நடத்தும் ஆன்மீக நிகழ்ச்சிகளில் பங்கேற்கிறார்கள். ஏன், இதுபோல சாமியார்கள் பலராலும் ஆதரிக்கப்படுகிறார்கள்? ஆழமாக யோசித்தால் புரியும்.

இந்த ஆன்மீக சாமியார்கள் மக்களுக்கு பக்தி போதையை ஊட்டுகிறார்கள். கடவுள் தான் மனிதனின் கடைசி நம்பிக்கை என்று பரப்புரை செய்கிறார்கள்.

தங்களது கஷ்டமான வாழ்க்கையிலிருந்து விடுபட, தற்காலிகமாகவாவது கடவுளை வணங்க எளிய மனிதன் நிர்பந்திக்கப் படுகிறான்.

சாமியார்கள் தங்களது ஆன்மீக நிகழ்ச்சிகளுக்கு பக்தர்களிடம் இருந்து கட்டணமாகவோ அல்லது நன்கொடையாகவோ ஆயிரக்கணக்கில் பணம் வசூலிக்கிறார்கள்.

அந்த நிகழ்ச்சிகளில் திரை நட்சத்திரங்கள் மின்னுகின்றன. அழகான நடிகைகளை முன்நிறுத்துகிறார்கள். சூப்பர் ஸ்டார் ரஜினிகாந்த் போன்றவர்கள் இந்த சாமியார்களை தேடிப் போகிறார்கள்.

எளிய மனிதனோ வருடத்திற்கு ஒருமுறையாவது திருப்பதி, பழனி என்று போய் குடும்பத்துடன் மொட்டை போட்டுக் கொள்கிறார்கள்.

இதன் பின்னணியில் இருப்பது கடவுள் நமக்கு மனநிம்மதி தருவார் என்ற அசட்டு நம்பிக்கை.

ஆனால், ஒவ்வொரு தேர்தலிலும் பெரிய புண்ணிய தலங்கள் இருக்கும் சட்டமன்ற தொகுதிகளில் கடவுள் மறுப்பு பிரசாரம் செய்பவர்களே வெற்றி பெறுகிறார்கள் என்பது வேடிக்கை தானே.

வரலாற்றில் இந்த ஆன்மீக நம்பிக்கை ஒவ்வொரு காலகட்டத்திலும் புதிய வழிகளில் நிகழ்ச்சி நிரலுக்கு வருகிறது.

விஞ்ஞானம் வளராத காலத்தில் இயற்கை சீற்றங்களை கண்டு பயந்த மனிதன் அவை ஏன் நிகழ்கின்றன? என்பதற்கான விடை தேடும் போதுதான் அங்கே பொருள்முதல்வாத கருத்துகள் தோன்றின.

பொருள்முதல்வாதத்தை பற்றி ஒரே வார்த்தையில் பேச வேண்டுமானால், அது உண்மையை மட்டுமே கூறுகிறது. ஆதாரமில்லாமல் எதையும் சொல்வதில்லை.

இந்த இயற்கையின் ஒவ்வொரு புதிரும் புதிய புதிய கண்டுபிடிப்புகளால் அவிழ்க்கப்படுகின்றன. பொருள்முதல்வாதம்

மக்களின் அறியாமையை போக்கப் பாடுபடுகிறது. கருத்துமுதல்வாதமோ தொடர்ந்து மக்களை உண்மையை அறிய விடாமல் மனித முயற்சியை கட்டிப் போடுகிறது. இரண்டுக்கும் பின்னால், இரண்டு வர்க்க நலன்கள் இருக்கின்றன. கருத்துமுதல்வாதம் மனிதனை முதலாளிக்கு கட்டுப்பட்டு அவன் கொடுக்கும் கூலியை வாங்கிக் கொண்டு அடிமையாய் வாழ நிர்பந்திக்கிறது.

பொருள்முதல்வாதமோ முதலாளி லாபமென்ற பெயரில் தொழிலாளி சுரண்டி சொத்து சேர்க்கிறான் என்று அம்பலப்படுத்துகிறது. அதுமட்டுமல்ல, முதலாளியிடம் இருக்கும் மூலதனம் தொழிலாளியின் உழைப்பு.

எனவே, அது தொழிலாளிக்கே சேர வேண்டும் என்று சொல்லி முதலாளித்துவத்துவதை நிலை குலைய வைக்கிறது.

இதுதான் இரண்டு சித்தாந்தங்களுக்கும் இருக்கும் வேறுபாடு இதுதான், அதை சுருக்கமாக சொல்லப் போனால் சொத்துடைத்தவனின் சித்தாந்தம் கருத்துமுதல்வாதம். இழப்பதற்கு ஏதுமில்லாதவனின் சித்தாந்தம் பொருள்முதல்வாதம்.

இந்த உண்மையிலிருந்து கருத்துக்களைப் பார்த்தால், தெளிவு கிடைக்கும்.

மதங்கள் பெரிய அளவில் முதலாளித்துவம் அம்பலப்படாமல் இருக்கு ஒத்துழைக்கின்றன. உலகில் பொருட்களைப் பற்றி கணிப்பில் கிடைக்கும் தொழில்நுட்பங்களை முதலாளி தன் சுரண்டலுக்கு பயன்படுத்திக் கொள்கிறான்.

ஆனால், மதங்கள் அந்த சுரண்டல் தொடர விரும்புவதன் மூலம் புதிய புதிய கருத்தாங்களுக்கு எதிராக நிற்கிறது. அல்லது புதிய மொந்தையில் பழைய கள் என்பது போல மாயை போன்ற எண்ணங்களை மக்கள் மத்தியில் விதைக்கின்றன.

அப்படித்தான் பின்நவீனத்துவம், பிராய்டிசம், ஓஷோயிசம் என டிசைன் டிசைனாக கருத்துமுதல்வாதத்தை பரப்புகின்றன.

பின்நவீனத்துவம் என்பது ஆதிசங்கரனின் அத்வைதமே. பொருட்களை மாயை என்கிற அளவில்தான் வந்து நிற்கிறது.

குவைத்தில் நடந்த போரே நிஜமல்ல, கற்பனையானது என்று கூறுகிறான் ஒரு பின்நவீனத்துவாதி.

இந்த பின்நவீனத்துவாதிகளுக்கு மொழித் தூய்மை மிக முக்கியமானது பிறமொழிச் சொற்கள் கலந்து விடாமல் பாதுகாக்கிறார்களாம். அதனால், வார்த்தைகளைப் பிடித்து தொங்குவது அவர்கள் பாணி.

இந்த மொழித் தூய்மையை முன்னிறுத்தி தத்துவ குழப்பங்களை செய்து நவீன காலப் பொருள்முதல்வாதமான மார்க்சியத்தை சுற்றி வளைத்து அதனிடம் போதாமை இருக்கிறது என்பார்கள். அது என்ன? என்பதை சொல்ல மாட்டார்கள். ஆனால், தொடர்ந்து கிளிப் பிள்ளை போல மார்க்சியத்திடம் போதாமை இருக்கிறது என்பார்கள்.

பொருள் என்ற வரையறையில் போதாமை இருக்கிறதா? புதிய வரையறையை காலம் கோருகிறதா? இந்த கேள்விக்கு பின்நவீத்துவவாதிகளால் பதில் கூற இயலாது. ஆனால், மார்க்சிய வாதிகளால் பதில் சொல்ல முடியும்.

பொருள்முதல்வாதத்தின் அடிப்படை பொருள்தான் சிந்தனையை தருகிறது என்றாலும் கூட, இந்த முடிவு வானத்திலிருந்து திடீரென்று குதித்து விடவில்லை.

வரலாற்று வகைப்பட்ட வளர்ச்சியில் நவீன பொருள்முதல்வாதம் கார்ல்மார்க்ஸ் அவர்களால் வரையறுத்து சொல்லப்பட்டது. மார்க்ஸ் இரண்டு நூற்றாண்டுகளுக்கு முன்னால் வரையறுத்து கூறியது இன்று பொருந்துமா? என்று சிலர் கேட்கிறார்கள்.

எந்த வரையறையும் சொல்லப்பட்ட காலத்தின் அறிவியல் வளர்ச்சியை குறிக்கிறது. எனவே, தான் நாம் முன்னால் பார்த்த மாதிரி பொருட்கள் மட்டுமல்ல, கருத்துக்களும் காலத்துக்கும் களத்துக்கும் உட்பட்டே இருக்கின்றன.

அறிவியல் வளராத காலத்தில் இயற்கையின் பண்பை விளக்குவதில் மனிதர்கள் பின் தங்கியே இருந்தார்கள் என்பது உண்மை.

காலமாற்றத்தில் காலமாற்றத்தில் அறிவியல் ஆய்வுகள் வளர வளரத்தான் துல்லியமான வரையறைகளை அறிவியலாளர்கள் நமக்கு கொடுத்தார்கள்.

பொருள்முதல்வாதம் சமூக விஞ்ஞானம். அதன் கருத்துக்கள் முடிந்த முடிவானவை அல்ல. புதிய ஆய்வுகளை பொருள்முதல்வாதம் என்றைக்கும் உள்வாங்கி கொள்ள தயங்கியதே இல்லை.

ஆனால், இன்றைக்கு பின் நவீனத்துவாதிகள் சொல்லும் எந்த கருத்தும் புதியவை அல்ல. ஆதிசங்கரனின் அத்வைதம் இன்றைக்கு பல்லாண்டுகளுக்கு முன்பே சொல்லப்பட்டதுதான்.

அறிவியல் என்பது காலத்துக்கு அப்பாற்பட்டது அல்ல. அத்வைதம் என்பது அஞ்ஞானம்.

மனிதகுலம் தோன்றிய நாள் முதலாய் இயற்கையை புரிந்து கொள்ள பல்வேறு கருத்துப் போராட்டங்கள் ஓயாமல் வளர்ந்தன. இன்றும் நடந்து வருகின்றன. அந்த போராட்டங்களின் விளைவாய் படிப்படியாய் நமக்கு பல விளக்கங்கள் கிடைத்தன.

நமதூ மூதாதையர்கல் அறிவியல் வளராத காலத்தில் இயற்கையின் பலபுதிர்களுக்கு விடை காண முடியாமல் தன்னை மீறிய சக்திகளை கண்டு பயந்தார்கள்.

ஆனால், காலம் மனிதனை ஓரிடத்தில் தேங்கி நிற்பவனாக அசையாத நிலையில் நிற்க வைத்து விடவில்லை. இரண்டு நூற்றாண்டுகளுக்கு முன்னால் மனிதன் எண்ணிப் பார்க்க முடியாத அளவுக்கு விஞ்ஞான கண்டுப்பிடிப்புகள் நடந்தேறின.

அது பற்றி மார்க்ஸ் சொல்லும் போது ‘உலகம் தோன்றியதிலிருது இதுகாறும் மனிதகுலம் சாதித்தவையை விட்ட இந்த நூற்றாண்டு அதிகமாக சாதித்து விட்டது’ என்றார்.

இந்த அறிவியல் பூர்வமான முன்னேற்றம் இயற்கை விஞ்ஞானத்தில் மட்டுமல்ல, ரசாயனம், பௌதீகம், கணிதவியல் இப்படி அனைத்து துறையிலும் பெரும் பாய்ச்சலை ஏற்படுத்தின.

இதன் தாக்கம் சமூக விஞ்ஞானத்திலும் எதிரொலித்தது. இயற்கையின் விஞ்ஞான விதிகள் அனைத்தும் சமூகத்திற்கும் பொருந்தும் என்று சொன்னார் மார்க்ஸ்.

இவருக்கு முன்னரே ஹெகல் என்பவர் பொருட்களுக்கான இயக்கத்தை ஏதோவொரு சக்தியின் தூண்டுதலால் நடப்பதாக கருதினார். அதனால், அவரது இயக்கவியல் பார்வை கற்பனையானதாக கருத்துமுதல்வாத வட்டத்துக்குள் அடங்கி விட்டது.

ஆனால், மார்க்ஸ் இயக்கவியல் மீதான கருத்துமுதல்வாததின் இருட்டை துடைத்து பொருள்முதல்வாத வெளிச்சத்துக்கு கொண்டு வந்தார்.

இயக்கமும் மாற்றமும் தான் பொருட்களின் அடிப்படை. மார்க்சியமும் கூட அப்படித்தான்.

”மார்க்சும், ஏங்கல்சும் பொருள்முதல்வாதம் பற்றி குறிப்பிடும் போது பாயர்பாக் என்பவரை பற்றி மறக்காமல் சொல்வார்கள். இவர்தான் பொருள்முதல்வாதத்தை அதற்கே உரித்தான இடத்தில் ஏற்றி வைத்தவர் என்று கூறுவார்கள். எனினும், மார்க்சிய ஆசான்களின் பொருள்முதல்வாதமும் பாயர்பாக்கின் பொருள்முதல்வாதமும் ஒன்றுதான் என்று இதர்கு பொருளல்ல. உண்மையை சொல்லப் போனால், பாயர்பாக்கின் பொருள்முதல்வாதக் கோட்பாடு கருத்துமுதல்வாததிற்குள்ளும் மதம் தொடர்பான தார்மீக நெறிமுறைகளுக்குள்ளும் சிக்கிக் கிடந்தது. மார்க்சிய ஆசான்கள் இதையெல்லாம் விலக்கி விட்டு பாயர்பாக் பொருள்முதல்வாத கருத்துக்களின் உள்சாராம்சத்தை எடுத்து, அதை அறிவியல் கோட்பாடாக வளர்த்தெடுத்தார்கள். பாயர்பாக் அடிப்படையில் பொருள்முதல்வாதியாக இருந்தாலும், பொருள்முதல் வாதம் என்ற பெயரையே மறுத்தார்”

இப்படி மார்க்சியவாதிகளால் இன்றளவும் கருதப்படுகிறது. வரலாற்றில் மார்க்ஸ் சொன்ன பொருள்முதல்வாதம் அதை இன்னொரு கட்டத்துக்கு எடுத்து சென்றது.

பொருள்முதல்வாதம் தோற்றத்திலும் வளர்ச்சியிலும் பலவித பண்புகளை கடந்து வந்துள்ளது.

ஒவ்வொரு காலத்திலும் அதற்கான பங்களிப்புகளை அளித்த அறிவியலாளர்கள் பலர்.

அவர்களைப் பற்றி பார்ப்போம். அந்த அறிஞர்களின் கருத்துக்கள் அந்தந்த காலக்கட்டத்துக்கு உரியவை.

அந்த அறிஞர்களின் கருத்துக்கள் வாயிலாக பொருள்முதல்வாதத்தின் தோற்றத்தை வளர்ச்சியை கண்டறியலாம்.

அத்தியாயம் - 3
பொருள்முதல்வாதத்தின் தோற்றமும் வளர்ச்சியும்

ஆன்மா பற்றிய சிந்தனையை முறியடிப்பதில் ஆதிகாலத்தில் மனிதனுக்கு இருந்த போதாமை, பல நூற்றாண்டுகளுக்கு நீடித்தது. உண்மையை பார்த்தால் கிரேக்கர்கள் வந்த பிறகுதான் அதாவது 2500 ஆண்டுகளுக்கு முன்னால் பிளாட்டோ வந்த பிறகுதான் பொருளுக்கு எதிராக ஆன்மாவை திட்டமாய் நிறுத்தினார்கள் என்று உலகு தழுவிய மார்க்சிய அறிஞர்கள் பலரின் கருத்து.

அதேசமயம் தமிழக மெய்யியல்கள் பலவும் கூட பொருள்முதல்வாத கருத்துக்களை கொண்டிருந்தன என்கிறார்கள் தமிழக ஆய்வாளர்கள்.

மனிதன் இறந்த பிறகு ஆன்மா என்கிற ரூபத்தில் தொடர்ந்து வாழ்கிறான். இப்படித்தான் ஆதிகால மனிதர்கள் நீண்ட காலம் கற்பனை செய்து கொண்டிருந்தார்கள் என்பதில் சந்தேகம் இல்லை. ஆனால், இந்த ஆன்மாவை எப்படி கற்பனையில் சித்தரித்துக் கொண்டார்கள் தெரியுமா? ஆன்மா என்பது மிக லேசான பொருள். கண்ணாடி போல ஒளிபுகும் தன்மை அந்த பொருளுக்கு இருந்தது.

இப்படியெல்லாம் கற்பனை செய்து கொண்டார்கள்.

என்றாலும், ஆதிகால மனிதர்கள் எந்த நிலையிலும் சுத்த சுயம் பரம்பொருள் பிரகாசமான சிந்தனை என்று துளியும் அன்றைய கருத்துமுதல்வாத சாயலில் சிந்திக்கவில்லை.

அதனால்தான் ஆன்மாவை கண்ணாடி போன்ற ஒருபொருளாக சிந்தித்த மனிதன் ஆதிகாலப் பொருள்முதல்வாதி என்று அறியப்படுகிறான்.

மனிதனை விட மனித பைசாச கணங்கள் அவைகள் மனித ரூபத்தில் அல்லது மிருக ரூபத்தில் இருப்பதாக கற்பனை செய்து கொண்டார்கள். அவர்கள் கடவுள் என்ற சிந்தனைக்கே வரவில்லை என்பது குறிப்பிடத்தக்கது.

புலனறிவுக்கு எட்டாத எதையும் அவர்கள் கற்பனையாக சிந்தனை செய்யவில்லை. புலனறிவுக்கு எட்டுகிற ரூபத்தில் தான் ஆன்மா இருப்பதாக கற்பித்துக் கொண்டார்கள்.

இதற்கு வெகுகாலத்துக்கு பின்னால், ஆன்மாக்கள் தங்களிடையே வசிப்பதாகவும் அவை மனித ரூபம் பெற்று வீரபுருஷர்களாய் வாழ்வதாகவும் நினைத்தார்கள்.

உதாரணமாக தங்கள் கூட்டத் தலைவனை மற்ற சராசரி மனிதர்களை விட பலம் பொருந்தியவனாக கருதினார்கள். இந்த கருத்தாக்கத்தின் காரணமாகத் தான் நடுகல் பழக்கம் வந்திருக்கலாம்.

அந்த தலைவன் இறந்த பிறகு, அவனைப் புதைத்து விட்டு அடையாள நடுகல் வைத்திருக்கிறார்கள்.

இதன் பின், மனிதர்களில் மேம்பட்ட வீரம் உள்ளவனை நடுகல்லில் சிற்பமாக செதுக்கி, அவன் இறந்த பிறகு புதைக்குழியில் நட்டார்கள். இந்த பழக்கம் தங்களது மனம் கவர்ந்த வளர்ப்பு பிராணிகளுக்கு நடுகல் வைக்கும் பழக்கமாக் தொடர்ந்திருக்கிறது.

பாறை ஓவியங்களில் வரையப்படும் மனிதர்கள் கூட சாதாரணமானவர்களை விட அதிக பலம் உள்ளவர்களாக இருந்திருக்கலாம்.

பெண்கள் ஒரு உயர் சக்தியாக கருதப்பட்டார்கள். அவர்களின் மனித உருவமே விசேச சக்தி கொண்டதுதான் என்று நம்பினார்கள். கர்ப்பிணியாக இருக்கும் பெண் சிற்பங்கள் பல இடங்களில் உண்டு.

அவை மனிதன் பிறப்புக்கு காரணமாக அமையும் கர்ப்ப காலத்தை போற்றி வைக்கப்பட்டிருக்கலாம் என்றுதான் ஆய்வாளர்கள் கூறுகிறார்கள்.

நிறைமாத கர்ப்பிணிகள் ஏதோ காரணத்துக்காக குறிப்பாக பிசவத்தில் ஏற்படும் சிக்கலில் இறப்பவர்களுக்கே உரித்தானதுதான் சுமைதாங்கி கல் என்பது பலரின் கருத்தாக இருக்கிறது.

ஆரம்ப கால பகுத்தறிவு என்பது கடவுள் நிலைக்கே செல்லவில்லை. மனிதனை சுற்றியே இருந்தது.

முன்னோர்கள் எப்போது கடவுளாக வணங்கப்பட்டார்களோ அப்போதுதான் கடவுள் ஒரு கருத்தாக்கமாக உருவானது. அது கூட பரம்பொருள் என்ற பிற்போக்கு சிந்தனைக்கு போனதாக தெரியவில்லை.

பெண் கணக் கூட்டம் என்பதற்கு தலைவியாக இருந்த காரணம் என்ன? என்பதில், ஆய்வாளர்களின் பெரும்பாலானவர்களின் முடிவு ஒன்றாகத்தான் இருக்கிறது.

ஒருதாய்க்கு பிறந்தவர்களே குழுவாக ஆரம்பத்தில் சேர்ந்து வசித்தார்கள். அதன் பின் அந்த தாயின் சந்ததி பெருகிப் பெருகி கணக் கூட்டம் என்கிற அளவுக்கு வளர்ந்தது.

இங்கும் நாளடைவில் மனிதர்களுக்கு இடையே உருவானதுதான் ஆணாகிலும் பெண்ணாகிலும் பலருடன் உடலுறவு வைத்துக் கொள்ளும் பழக்கம்.

ஆயினும், ஒருத்தி ஒருஆணுக்கு மனதுக்கு மிக நெருக்கமானவளாக இருந்தால், அந்த பெண் மாற்றானிடம் இன்பம் துய்க்கும் நேரத்தில் முதலாமவனுக்கு பொறாமை ஏற்பட தவறவில்லை.

இதேபோல பெண்ணும் அந்த பொறாமை உணர்வுக்கு ஆட்பட தவறவில்லை. ஒருத்தி கணக் கூட்டத்தின் தலைவியாக இருந்த தன் சொந்த தாயையே பொறாமை உணர்வு காரணமாக கொன்று விட்டு தான் தலைமை பொறுப்புக்கு வந்தாள் என்று கூறப்படுகிறது.

எப்படியிருப்பினும் நம் முன்னோர் வழிபாடு தாய் தெய்வ வழிபாடாகவே வளர்ச்சி அடைந்து வந்திக்கிறது.

இரா. பாரதிநாதன்

பெரும்பாலான கிராம பெண் தெய்வங்கள் இப்படித்தான் உருவானதாக சொல்லப்படுகிறது. உண்மையில், எண்ணற்ற பெண் தெய்வங்கள் நம்மிடையே உண்டு.

காளியம்மன், மாரியம்மன், சௌண்டம்மன், முத்துப்பேச்சி என எத்தனை கிராம பெண் தெய்வங்கள்.

ஆனால், காலப்போக்கில் சாதி மாறி திருமணம் செய்த பெண்ணை அடித்தோ விஷம் வைத்தோ கொன்று விட்டு, செத்தப் பெண்ணை அவள் ஆவியாக வந்து பழிவாங்கி விடுவாளோ என்று கிராமப் பெண் தெய்வமாக்கி கும்பிடும் பழக்கமும் வந்திருக்கிறது. அது வேறு விஷயம்.

இதுபோலவே ஆண் தெய்வங்கள் ஒருகூட்டத்தின் காவலாளியாக எல்லைச் சாமியாக அவரவர் அந்த மனித கூட்டத்துக்கு ஏதேனும் உபகாரம் செய்தவர்களாகவே இருந்திருக்கின்றனர். இருந்தும் வருகின்றனர்.

இதுமனிதகுலம் சக மனிதனுக்கு செய்யும் நன்றி கடனாக கருதப்படுகிறது. ஏனெனில், எளிய மனிதர்கள் நன்றி மறந்தவர்கள் அல்ல.

இந்த சமயத்தில் பகுத்தறிவு காரணமாக, அப்படி வாழ்ந்த மனிதனின் சிறப்பு கருதி அவனை காவல் தெய்வமாக வழிப்பட்டதாகவும் இருந்தது. எக்காரணத்தை கொண்டும் அவை மனித சிந்தனைக்கு அப்பாற்பட்ட ஆன்மா என்ற நிலைக்கு போகவேயில்லை.

தனிச் சொத்துடமை மனித சமூகத்தில் தோற்றம் பெற்ற பிறகு கூட இந்த நிலை நீடித்தது. ஆண்டான் அடிமை சமுதாயத்தில் தான் அரசு என்ற வடிவம் அடக்குமுறை ரூபத்தில் வருகிறது.

ஆண்டானுக்கு வெறும் அதிகாரம் என்ற அளவில் மட்டும் தன் அடிமைகளை தனக்கு எதிராக கலகம் செய்யாமல் கட்டுப்படுத்தி வைக்க முடியாது என்று தெரிய ஆரம்பித்தது.

முற்பிறவி, பாவ புண்ணிய கணக்குகள் என சிந்தனா ரீதியாக அடிமைக்கு ஆன்மீக போதை ஏற்றப்பட்டது. இங்குதான், இந்த மனிதப் பிறவி என்பது முற்பிறவியின் தொடர்ச்சி.

அப்பிறவியில் செய்த பாவம் இந்த பிறவியில் தீர்க்கப்படும். அதன் தண்டனை வடிவமே மனிதனுக்கு ஏற்படும் கஷ்டங்கள் என போதிக்கப்பட்டன.

இந்த பாவபுண்ணிய கணக்கு கடவுள் என்ற அதிகாரியால் எழுதப்படுகிறது. அந்த கடவுள்தான் பிரம்மா.

ஆக்கும் கடவுள், அழிக்கும் கடவுள் எல்லாமே ஆன்மாவின் செயல் என்றெல்லாம் கருத்துமுதல்வாதம் செழித்து வளர்ந்தது.

இந்த சமயத்தில் தான் பொருள்முதல்வாதம் புற உலகைப் பற்றி சிந்தித்தது.

இந்த பூமி உருவானது எப்படி? அண்டத்தில் மிதக்கும் நட்சத்திரங்கள் எப்படி கீழே விழாமல் இருக்கின்றன? என அந்தந்த காலத்துக்கு அறிவியல் வளர்ச்சிக்கு ஏற்ப தானும் வளர்ந்து வந்தது. எந்தந்த காலத்தில் பொருள்முதல்வாதம் என்னவாக இருந்தது?

இதற்கான துல்லியமான ஆய்வு இன்னும் கூட எட்டப்படவில்லை என்பதுதான் உண்மை.

என்றாலும், பொருள்முதல்வாத கருத்துக்களுக்கு முன்னோடிகள் என்று கிரேக்கர்களை அறிஞர்கள் கூறுகிறார்கள். கிரேக்கத்தின் டெமாக்ரிடஸ் அவர்களில் குறிப்பிடத்தக்கவர் என்று சொல்லப்படுகிறார்.

அவர்கள் பொருளை ஏற்றுக் கொண்டு தங்கள் பாணியில் விளக்கம் சொன்னார்கள்.

உதாரணமாக, பொருள் கடினமானது. அதை முடிவில்லாமல் கூறு போட்டுக் கொண்டே போக முடியாது. ஒரு கட்டம் வரை பொருளை கூறு போட்டுக் கொண்டு வந்தால் கடைசியில் மிஞ்சுவது அணுக்கள் மட்டுமே என்று சொன்னார்கள்.

அணுக்களை கூறு போட முடியாது என்பது அவர்களின் வாதம். புகழ்பெற்ற பொருள்முதல்வாதியான பிளாட்டொ ஒரு கிரேக்கர் தான்.

கிரேக்கர்கள் இந்த அணுக்கள் ஒவ்வொன்றும் வடிவில் வேறு வேறானவை. என்று நினைத்தார்கள். அதில், எண்ணை வகைப்பட்ட அணுக்கள் இருக்கின்றன என சொன்னார்கள்.

சில அணுக்கள் வழவழப்பாகவும் உருண்டையாகவும் இருக்கின்றன என்று விவரித்தார்கள். அதேபோல் புளித்தகாடி போல அணுக்கள் சொரசொரப்பாகவும் கொக்கி போல வளைந்தும் காணப்படும் என்றார்கள்.

பொருள் மனித சிந்தனைக்கு ஊற்றுக் கண்ணாக இருக்கிறது என்று சொன்னார்கள். ஆனாலும், எது பொருள்? எனபதில் அவர்களிடம் குழப்பம் இருந்தது. பண்டைய காலத்து பொருள்முதல்வாதி டெமாக்ரிடஸ் இந்த வகைப்பட்ட அணுத் தத்துவத்தை வரையறுத்தார். இவர் பொருளைப் பற்றிய உண்மைகளை அரிய உலகம் முழுக்க சுற்றுப் பயணம் செய்தார்.

தமிழகத்தில், காஞ்சிபுரம், அரக்கோணம் பகுதிகலுக்கு கூட இவர் வந்து போனதாக சொல்லப்படுகிறது.

அணுக்கள் பற்றிய ஆய்வுகளின் வழியாக இவர் சில விசித்திரமான முடிவுகளுக்கு வந்தடைந்தார்.

உதாரணமாக மட்டரகமான அணுக்களாலானதே மனிதவுடல் என்று நினைத்தார். மெல்லிய ரக அணுக்கள் ஆன்மாவில் இருக்கின்றன என்பது இவரது கண்டுபிடிப்பு.

என்றாலும், பொருள்முதல்வாத அடிப்படையில் அவர் எல்லாவற்றையும் விளக்க முயன்றார்.

தேவர்கள் என்பவர்கள் மனிதர்களில் மேம்பட்டவர்கள் என்று டெமாக்ரிடஸ் நினைத்தார். அவர்கள் மெல்லிய உன்னதமான அணுக்களை கொண்டு பிறந்தவர்கள் என ஆணித்தரமாக சொன்னார்.

இந்த கருத்தின் அடிப்படையில் பெண்களில் தேவதைகள் இருக்கிறார்கள் என்றார்.

இதிலிருந்து நமக்கு தெரிய வருவது, ஆதிகாலத்திலிருந்தே மனிதன் அஞ்ஞானியாய் மட்டுமில்லை. அவ்னுக்கு மனிதன் இறைவனால் படைக்கப் பட்டவன் என்று சொல்வதில் உடன்பாடு இல்லை.

உலகத்தை கடவுள்தான் உருவாக்கினார் என்று கூறுவதையும் மனிதர்களில் ஒருசாராருக்கு உடன்பாடு இல்லை. எனவே, கடவுளால் அருளப்பட்டதே உலகம் என்று சொல்லும் ஆன்மீகவாதிகளுக்கும் இடையே கடுமையான தர்க்கம் ஏற்பட்டது.

இந்த தர்க்கத்தில் உடன்பாடு எட்டப்படாத போது அவர்களுக்குள் அடிதடி சண்டை நடந்து ரத்தகாயம் ஏற்பட்டது. இதையும் மிஞ்சி நிறைய படுகொலைகள் அரங்கேறின.

பெரும்பாலும் இத்தகைய சம்பவங்களில் அதிகம் கடவுள் தான் உலகை படைத்தார் என்று சொன்னவர்களே முன்னிலை வகித்தார்கள். கடவுள் மறுப்பாளர்களை சித்ரவதை செய்வது. அவர்களின் உடமைகளை எரிப்பது. பெண்களை பாலியல் வன்கொடுமை செய்வது என அராஜகவாதிகளாய் இருந்தார்கள்.

கடவுள் மறுப்பாளர்கள் எழுதி வைத்த குறிப்புகள் நமக்கு இன்று கிடைக்காமல் போனதற்கு காரணம் அவைகள் கடவுள் நம்பிக்கை உடையவர்களால் தீயிட்டு கொளுத்தப்பட்டது.

இந்துமத பண்டிகையான போகி கொளுத்துதல் என்பதே பழங்கால கடவுள் மறுப்பாளர்கள் ஓலைச் சுவடிகளை அழிக்க கடவுள் நம்பிக்கையாளர்கள் உருவாக்கியதே என வாதிடுபவர்கள் உண்டு.

அதேசமயம் ஆடி பதினெட்டு என்பதே கூட பழைய பொருட்களை ஆற்றில் விடுவது என்ற சம்பிரதாயம் கடவுள் நம்பிக்கையாளர்களால் உருவாக்கப்பட்டது. வெளியில் வராமல் இருக்கும் கடவுள் மறுப்பாளர்களின் பழங்கால ஓலைச் சுவடிகளை மக்களை வைத்தே வெளியில் தருவித்து நெருப்பில் போடுவது என்பதே என்று சொல்லப்படுகிறது. இப்படி வரலாறு நெடுகிலும் ஆத்திகர்கள் நாத்திக சிந்தனையாளர்களை ஒடுக்க பல வழிகளை கையாண்டிருக்கிறார்கள்.

மனிதர்கள் வசிக்கும் இந்த பூமி தட்டையானது என்று நீண்டகாலமாக நம்ப வைக்கப்படிருந்த சூழலில், இல்லை பூமியை உருண்டை என்று சொன்னான் ஒருவன். மதவாதிகள் அவனை சும்மா விடுவார்களா? அடிப்படைவாத கிறித்துவர்களுக்கு பைபிளே வேதவாக்கு.

பூமி உருண்டை என்பதை கடலில் கப்பல் வருவதை வைத்து நிரூபிக்க முயன்றார் அந்த பொருள்முதல்வாத ஞானி. பூமி தட்டையாக இருந்தால் கடலில் எப்படி கப்பல் வருவது தட்டையாக தெரியாமல் முதலில் அதன் கொடிமரம் மட்டும் தெரிகிறது? என்று கேள்வி எழுப்பினார்.

இப்படி பகுத்தறிவாய் கேள்விகள் எழுப்பிய அந்த காலத்து பொருள்முதல்வாதிகள் கொடிய சித்ரவதைகள் செய்யப்பட்டனர். சிறையில் அடைக்கப்பட்டு கொல்லப்பட்டனர்.

வரலாறு முழுக்க பொருள்முதல்வாத சிந்தனை ரத்தமும் சதையுமாக பயணித்த காரணத்தால், பொருள்முதல்வாதியானவர் நிறைய புதிய கண்டுபிடிப்புகளை வெளியில் சொல்லவே அஞ்சினர்.

அதையும் மீறியே உலகம் இந்த அளவுக்கு விஞ்ஞானத்தில் வளர்ந்து வந்திருக்கிறது.

பொருள்முதல்வாத கண்ணோட்டத்தில் தமிழகத்தில் உருவான ஆசீவக சித்தாந்தம் முன்னிலை வகிப்பதாக சிலர் கூறுகின்றனர். ஆசீவகம் மற்கலி கோசாலர் என்பவரால் தோற்றுவிக்கப் பட்டது.

அவர்கள் தொடக்க காலத்தில் கடவுள் மறுப்பாளர்களால் இருந்தார்கள் என்று சிலரால் சொல்லப்பட்டாலும் அய்யனார் வழிபாடு அவர்கள் மத்தியில் நிலவுகிறது. ஆனால், ஆசீவகத்தினரை சனாதனிகளாக சொல்ல முடியாது. அதன் பிரச்சாரகர்கள் எளிய வாழ்க்கை வாழ்ந்ததாக கூறப்படுகிறது. யானை சின்னம் அவர்களுடையது.

பதினெட்டுப் படிகளை உடைய ஆசீவக கோயில்கள் இன்றும் திருச்சிக்கு பக்கத்தில் காணப்படுவதாக கூறுகிறார் ‘ஆசீவகமும் அய்யனார் வரலாறும் என்ற புத்தகத்தை எழுதிய ஆய்வாளர் நெடுஞ்செழியன்.

இன்னும் சொல்லப் போனால் தமிழகத்துக்கு பௌத்தம், சமணம் (இதை அமணம் என்று குறிப்பிடுபவர்களும் உண்டு) இவை உள்ளிட்ட அனைத்து மதங்களும் அன்னிய மதங்கள். ஆசீவகம் மட்டுமே தமிழர்களின் கோட்பாடு என்கிறார் ஆய்வாளர் நெடுஞ்செழியன்.

ஆயினும், இன்றைய பொருமுதல்வாத சிந்தனையாளர்கள் அனைத்து மதங்களையும் பிற்போக்கானவை என்று புறந்தள்ளுகிறார்கள்.

ஆசீவகத்தினர் அணுக் கொள்கையையே தாங்கள் கண்டுபிடித்ததுதான் என்கிறார்கள்.

அந்த காலத்தில் கிரேக்க பொருள்முதல்வாதியான டெமாக்ரிடஸ் காஞ்சிபுரம், அரக்கோணம் என தமிழகத்து வந்த காரணமே ஆசீவகத்தின் அணுக்கொள்கையை தெரிந்து கொள்ளத்தான்.

அப்படி ஆசீவக கண்டுபிடிப்பை தெரிந்து கொண்ட டெமாக்ரிடஸ் அணுக் கொள்கை கண்டுபிடிப்பை தனதாக கூறி வெளியிட்டு விட்டார் என்று அறுதியிட்டு கூறுகிறார்கள்.

அதேபோல திருள்ளுவர் சனாதனவாதியாய் இல்லை அவர் சமணத்தை சேர்ந்தவர் என்று கூறுபவர்கள் உண்டு.

அது தவறு வள்ளுவர் கடவுள் நம்பிக்கையை பேசியிருக்கலாம். சிற்சில குறைபாடுகள் உடைய பொருள்முதல்வாதி என வாதிடுபவர்கள் உண்டு.

தமிழகத்தின் ஐம்பெருங்காப்பியங்கள் எதுவும் சனாதனத்தை சொல்லவில்லை என்று சிலர் கூறுகிறார்கள்.

சைவமும் வைணவமும் தான் சனாதான மதங்கள். இந்த மதங்களில் இருந்துதான் சாதிகள் உருவானது என்கிறவர்கள் உண்டு.

கருத்துமுதல்வாதிகளிலேயே புறநிலைக் கருத்துமுதல்வாதிகள் என்று உண்டு என்கிறார்கள். கிரேக்கத்தில் பிளாட்டோ, ஜெர்மனியின் ஹெகல், இந்தியாவின் ராமானுசர், மத்துவர், மெய்கண்டர் போல ஆசீவகத்தினரும் புறநிலை கருத்துமுதல்வாதிகள் தான்.

எனவே, ஆசீவகத்தினர் பொருள்முதல்வாதிகள் அல்ல என்று வாதிடுபவர்கள் உண்டு.

அதேநேரத்தில், தமிழகத்தின் சித்தர் மரபினர் பொருள்முதல்வாதிகளாக இருந்தனர் என்போர் சில ஆதாரங்களை முன் வைக்கிறார்கள்.

'தாவரமில்லை வீடில்லை, தேவாரம் ஏதுக்கடீ குதம்பாய்' என்று பாடிய குதம்பை சித்தர் போன்றவர்கள் பொருள்முதல்வாதிகளே என்கிறார்கள்.

சித்தர்கள் ஒருமதத்தை உருவாக்கியதில்லை. அவர்கள் வாழ்க்கை முறையும் பெரிய மன்னர்களை அண்டிப் பிழைப்பதாயில்லை. சித்தர்கள் மக்களை சார்ந்து வாழ்ந்தவர்கள்.

மன்னர்களைப் பாடி பரிசுகள் பெற வேண்டும் என்பதாக அவர்கள் நோக்கம் இருக்கவில்லை. மாறாக மன்னர்களே விரும்பி அழைத்தும் அதை நிராகரித்தவர்களாய் இருந்திருக்கிறார்கள்.

இன்று அறுபடை வீடுகள் என்று கருதப்படும் தமிழ் கடவுள் முருகனின் திருத்தலங்கள் அனைத்தும் சித்தர் முக்தி அடைந்த இடங்கள் என்று சொல்லப்படுகிறது.

முருகனை இந்து கடவுளாக்கியது சதி என்கிறார்கள். ஏனெனில், முருகன் சிவனின் மகன் என்ற புராண கட்டுக் கதையை உருவாக்கியதில் பெருதெய்வ வழிபாட்டை கொண்டு வந்தவர்கள் செய்த சதி இருக்கிறது என்பது சித்தர்கள் பற்றி அறிந்தவர்கள் சொல்லும் செய்தி.

சித்தர்கள் மற்ற சாமியார்கள் போன்றவர்கள் அல்ல. அவர்கள் இந்த தமிழ் மண்ணின் அடையாளம். மேலும், மக்கள் நோயை விரட்ட சித்த வைத்தியத்தை உருவாக்கியவர்கள்.

காடுகளுக்கு அலைந்து திரிந்து உயிரை பணயம் வைத்து மூலிகைகள் பறித்தார்கள். அவற்றை மக்களின் பிணி தீர கொடுத்து வாழ்ந்தார்கள்.

அவர்கள் வளர்த்த சித்த மருத்துவம் இன்று கல்லூரி பட்டப் படிப்பில் வைக்கப்பட்டிருக்கிறது என்பதிலேய சித்தர்களின் மேன்மை தெரிகிறது.

பாரம்பரியம் மிக்க சித்தர்கள் பொருளை பற்றி பேசினார்கள். கடவுள் தான் நோயை தீர்க்க முடியும் என்ற கருத்துமுதல்வாதிகளின் புரட்டை அவர்கள் ஏற்கவில்லை என்பதிலிருந்தே அவர்கள் பொருள்முதல்வாதத்தின் பின்னே நின்றார்கள் என தெரிகிறது.

பட்டினத்தடிகள் என்பவர் மன்னர் அழைப்பை புறக்கணித்தவர். அவர் வாழ்ந்த காலத்தில் அவரது பாடல்களைப் பற்றி அறிந்த மன்னன் ஒருவன் பட்டினத்தாரை அழைத்து வர அவனுடைய வீரர்களை அனுப்பினான். பட்டினத்தார் அரசனின் ஆட்களிடம் 'நா எதற்கு அரசனைப் பார்க்க வேண்டும். நா மதிக்கும் அளவுக்கு அரசன் என்ன செய்தான்? எனவே, நான் மன்னரை பார்க்க வர முடியாது' என்று ராஜாவின் சேவகர்களை திருப்பி அனுப்பி விட்டார்.

மன்னரே நேரில் வந்து அழைத்த போதும் படுத்துக் கொண்டே கால் மீது கால் போட்டபடி 'நீ யார்? எதற்கு என்னை பார்க்க வந்தாய்?' என கர்வத்தோடு கேட்டார்.

நாம் ஏற்கனவே பார்த்தபடி சித்தர்கள் வரலாறும் அழிக்கப்பட்டிருக்கிறது. இதற்கு சிலர் பார்ப்பனர்கள் தான் என்கிறார்கள்.

சைவமும் வைணவமும் தமது சித்தாந்தங்களை பெரிதாக காட்டிக் கொள்ள சித்த மருத்துவத்தை உள்வாங்கி கொண்டன என்கிறார்கள். சித்த மருத்துவம் முதலில், நாவிதர்களால் முறைப்படி செய்யப்பட்டது. பின்னாளில், அவர்கள் அந்த தொழிலில் இருந்து விரட்டப்பட்டார்கள்.

எனவே, சித்தர்கள் தமிழ் மண்ணின் அந்த கால விஞ்ஞானம் வளராத சமுதாயத்தின் பொருள்முதல்வாதிகள் என கொள்ளலாம்.

உலகம் முழுக்க இது போன்ற கடவுள் சேவை மறுப்பாளர்கள் ஏராளமாய் இருக்கிறார்கள்.

இவர்களை பற்றி சொல்ல வேண்டிய முக்கிய அம்சம் டெமாக்ரிடஸ் போல பலர் பண்டைய காலத்தில் பொருட்கள் பற்றிய வரையறை இதுதான் என கடவுள் படைப்பை மறுத்து யதார்த்த நிலையை சொன்னார்கள்.

ஆனால், அறிவியல் வளராத காரணத்தால் அவர்களுடைய அறிவு குறைபாடுடையதாக இருந்தது. எனவே, பொருள்முதல்வாதத்தின் வளர்ச்சி என்பது இப்படித்தான் இருந்து வந்துள்ளது.

கிரேக்க அறிஞர்களில் சாக்ரடீஸ் என்பவர் பலமதங்கள் தோன்றாத காலத்திலேயே பகுத்தறிவு சிந்தனையை பேசியவர். அவர் காலத்தில் கிறிஸ்தவம் பிறக்கவில்லை. மதநிறுவனங்கள் இயேசுவை இறைதூதனாக காட்ட வழியில்லை.

ஆனாலும், மக்கள் தங்களை மீறிய சக்தி இருப்பதாக நினைப்பதை நிறுத்தவில்லை. அவர்கள் சூரியன், சந்திரன் போன்றவற்றை கடவுளாக வணங்கினார்கள். தங்கள் பிறப்புக்கும் இறப்புக்கும் சூரியக் கடவுளும் சந்திரக் கடவுளும் தான் காரணம் என்று நினைத்தார்கள்.

அந்த காலத்திலேயே சாக்ரடீஸ் இதை மறுத்து எள்ளி நகையாடினார். நான் மனிதனுக்கு தான் பிறந்தேன். சூரியனுக்கும் சந்திரனுக்கும் பிறக்கவில்லை.

கடவுள் மறுப்பை குற்றமாக கருதும் அந்த காலத்தில் சாக்ரடீசின் இந்த கருத்து அன்றைய ஆட்சியாளர்களால் பரவலாக விவாதிக்கப்பட்டது. அவர் அப்பாவி மக்களை குழப்புகிறார் என்றார்கள்.

இதனால், ஆட்சியாளர்கள் இனி இது போன்ற கருத்துக்களை சாக்ரடீஸ் பேசக் கூடாது என தடை விதித்தார்கள். ஆனால், சாக்ரடீஸ் கடவுள் இல்லை என்று மறுப்பதை தடுப்பதே கூட நாத்திகம் தான் என்றார்.

சாக்ரடீஸ் இயேசு கிறிஸ்து பிறப்பதற்கு முன்னால், கிட்டத்தட்ட ஐநூறு ஆண்டுகளுக்கு முன்னர் பிறந்தவர். அவர் ஏதென்ஸ் நகர வீதிகளில் நடந்து செல்வார்.

அங்குள்ள மனிதர்களை கவர்வதற்காக சில வித்தியாசமான காரியங்களை செய்வார்.

பகல் நேரத்தில் கையில் விளக்குடன் வீதிகளில் நடப்பார். சூரிய வெளிச்சம் இருக்கும் போது எதற்கு விளக்குடன் சாக்ரடீஸ் திரிகிறார் என்று குழம்பி போவார்கள்.

அவரிடம் சென்று கேட்பார்கள். குறிப்பாக இளம் வயதினர் அவருடைய பதிலை ஆர்வமாக எதிர்பார்ப்பார்கள். அவர் 'நான் மனிதனை தேடுகிறேன்' என்று சுருக்கமாக முடித்துக் கொள்வாராம்.

இப்படி சாக்ரடீஸ் செய்வதால் அவரிடம் நிறைய பேர் ஆர்வமாக கேள்விகள் கேட்பார்களாம். சாக்ரடீஸ் 'இந்த கேள்வி ஞானம் உங்களுக்கு வர வேண்டும் என்பதற்காகவே நான் உங்களை கவர, வித்தியாசமான காரியங்களை செய்கிறேன்' என்பாராம்.

சாக்ரடீஸ் கேள்விகள் கேட்க தூண்டியதால் அன்றைய கிரேக்க ஆட்சியாளர்கள் சங்கடத்துக்குள்ளானார்கள். எனவே, அவர் மீது பல குற்றச்சாட்டுகளை சுமத்தி சிறையில் அடைத்தார்கள். பின்னர் மரணத்தை அவருக்கு பரிசாக அளித்தார்கள்.

அவருடைய சீடர்களில் புகழ் பெற்றவர்கள் பிளாட்டோவும் அரிஸ்டாட்டிலும்.

சாக்ரடீஸ் கடவுள் நம்பிக்கையை வெறுத்தார். அவரிடம் ஒருமுறை மனிதன் ஏன் தவறு செய்கிறான்? என்று கேட்கப்பட்டது. அவர் சொன்னார் அறியாமையே மனிதன் தவறு செய்ய காரணம். நாம் அவனது சூழலில் இருக்கும் அறியாமையைத்தான் போக்க வேண்டும் என்று.

இயேசு பிறப்பதற்கு முன்பே ஒருமனிதர் இத்தகைய கருத்துக்களை சொல்வது எளிதான விஷயம் அல்லவே.

இப்படி ஏராளமான அறிஞர்கள் தாங்கள் பேசுவது பொருள்முதல்வாதம் என்பது தெரியாமலேயே வரலாறு நெடுக வாழ்ந்து மறைந்து போயிருக்கிறார்கள்.

இவர்களின் சுயேச்சை தன்மையை கட்டுப்படுத்துபவர்களாக அந்தந்த காலகட்டத்தில் அரசு பரிபாலனம் செய்தவர்கள் இருந்திருக்கிறார்கள்.

அதனால் தான் அரசர்கள் பகுத்தறிவுக்கு எதிராக மதங்களை முன்நிறுத்தினார்கள்.

சிறுசிறு ஆன்மீக கருத்தாங்களை ஒன்றிணைக்கும் விதமாக பெரிய அளவில் ஒற்றை மதங்களை நிறுவினார்கள்.

இந்தியாவிலேயே சிறுதெய்வங்கள் ஓரிறை தெய்வங்களாக மாற்றப்பட்டன.

சைவர்கள் சிவனை முன்னிறுத்தி சிறுதெய்வங்களை சிவ அவதாரம் என்ற கோட்பாட்டுக்கு கொண்டு வந்தார்கள். அதை நடைமுறை சாத்தியமாக்குவதில் ஆன்மீகவாதிகள் முனைப்பு காட்டினார்கள்.

பெரிய பெரிய சிவன் கோவில்கள் பிரமாண்டமாக கட்டப்பட்டன. குறிப்பாக தஞ்சை பெரிய கோவிலை சொல்ல வேண்டும்.

அந்த காலத்தில் மக்களைப் பட்டினி போட்டு பிரகதீஸ்வரர் ஆலயத்தை ராஜராஜசோழன் ஏன், கட்ட வேண்டும்? இறை நம்பிக்கையை மத நம்பிக்கைகளாக மாற்ற இந்த ஒற்றை தெய்வங்களும் தேவாலயங்களும் ஏன் உருவாக்கப்பட வேண்டும்.

மதப் ஒரு போதை வஸ்து என்றார்கள் மார்க்சிய ஆசான்கள். எனவே, மதநம்பிக்கையை மக்களுக்கு போதையாக உருவாக்கி தரப்பட்டது. அதன் உருவாக்கத்தில் ஞானிகள் என்று சொல்லப்படும் இறை கோட்பாட்டாளர்களுக்கு பெரிய பங்கிருக்கிறது.

இப்படி நாடு முழுவதும் சைவம் மட்டுமல்ல, வைணவம், சமணம், பௌத்தம் உள்ளிட்ட பெரிய மதங்கள் ஈடுபட்டன. அந்தந்த காலத்தில் அரசன் யாரோ அவனுடைய ஆதரவு பெற்ற மதங்கள் ஆள்கிற மதமாக இருந்தன.

இந்த பெரிய மதங்களின் ஸ்தாபகர்களான புத்தர், சமணர் உள்ளிட்ட ஆன்மீகவாதிகள் அடுத்த மதங்களை ஆதரிக்கும்

மன்னர்களை தங்கள் பக்க இழுக்க பல்வேறு சித்து வேலைகளை செய்து வந்ததாக தெரிகிறது.

முதலில் ஒருநோயை இவர்களாகவே கள்ளத்தனமாக பரப்பி விட்டு, அதற்கு மருந்துகளை இவர்களே தயாரித்து வைத்திருப்பார்கள்.

அதைக் கொடுத்து நோய்வாய்ப்பட்டவர்களை காப்பாற்றுவார்கள். இப்படி தங்களிடம் மனித உயிர்காக்கும் சக்தியிருப்பதாக நம்ப வைப்பார்கள்.

இதை நம்பும் மக்களும் அரசு அதிகாரிகளும் மேற்கண்ட ஆன்மீகவாதிகளையே கடவுளாக வணங்குவார்கள்.

ஆன்மீகவாதிகள் வரலாற்றில் தங்களது சாகசத்தால் ஏராளமான மன்னர்களை தம் வசம் ஈர்த்து வைத்திருப்பார்கள். அவர்களிடம் தங்கள் மத கோட்பாடுகளை பரப்புரை செய்ய அனுமதி கேட்பார்கள்.

மதபிரச்சாரம் செய்வதை எந்த அரசுதான் தடுக்கும். மதநம்பிக்கை மட்டுமில்லா விட்டால், என்றைக்கோ செத்தொழிந்து இருக்க வேண்டிய மூடநம்பிக்கைகள் இன்றும் உயிரோடு இருக்கவே இருக்காது.

இந்த பிற்போக்கு சிந்தனையாளர்களை முற்போக்காளர்கள் கடுமையாக விமர்சிப்பார்கள்.

உடனே, ஆன்மீகவாதிகள் அரசர்களின் துணையோடு முற்போக்காளர்களை கொன்று குவிப்பார்கள். சாக்ரடீஸ் இப்படித்தான் கொல்லப்பட்டார்.

இதையும் மீறித்தான் பொருள்முதல்வாதம் தன்னை வளர்த்துக் கொள்ள வேண்டியது.

தமிழ்நாட்டைப் பொறுத்தவரையில் சைவம், வைணவம் இரண்டும் சனாதனவாதிகளின் பிடியில் இருந்தது. இன்று இரண்டு மதங்களும் இந்து மதமாகி விட்டாலும், இந்து மதத்தை சனாதனம் ஆட்டுவிக்கிறது.

மானுட ஏற்றத் தாழ்வுகள் உலகமெங்கும் இருந்தாலும் பிறப்பின் அடிப்படையில் மனிதர்களை உயர்ந்தவன் என்றும் தாழ்ந்தவன் என்றும் பிரிப்பது சனாதனத்தின் இழிவு.

அமெரிக்காவில் நிறத்தின் அடிப்படையில் வெள்ளையினத்தவர் எப்படி கருப்பினத்தவர் ஒடுக்குகிறார்களோ, சாதிய அடிப்படையில் இந்தியாவில் இன்றளவும் மனிதர்கள் ஒடுக்கப்படுகிறார்கள்.

நால்வகை வர்ணங்களை மனுதர்மம் எனும் சனாதன நூல் உருவாக்கி சாதிய வேறுபாட்டை நிறுவமாக்கி வைத்திருக்கிறது. ஒருவர் எவ்வளவு திறமைசாலியாக இருந்தாலும் அவர் அதை வெளிப்படுத்த உயர்ந்த சாதியாக இருக்க வேண்டும்.

மேலும், பிறப்பின் அடிப்படையில் கல்வி போதிக்கப்படுவது இருந்த காரணத்தால், எளியவர்கள் விஞ்ஞானக் கண்டுபிடிப்பை செய்ய முடியாது என்ற இன்றும் இருக்கிறது.

பெரிய பெரிய ஐஐடி நிறுவனங்களில் சற்றே முன்னேறி ஒடுக்கப்படும் மக்களின் பிள்ளைகள் படிக்க வந்தாலும், அவர்களை ஒடுக்கும் சாதியினர் நிம்மதியாய் படிக்க விடுவதில்லை.

அவர்களின் தொல்லை தாங்காமல் ஒடுக்கப்பட்ட இனத்தை சேர்ந்தவர்களின் பிள்ளைகள் தற்கொலை செய்து கொள்கிறார்கள். பெரிய கல்வி நிறுவனங்களில் ஆசிரியர்கள் ஒடுக்கப்பட்ட வகுப்பினர்களின் பிள்ளைகளிடம் சாதி பாகுபாடு பார்க்கிறார்கள் என்பது முற்போக்காளர்களின் குற்றச்சாட்டாக இருக்கிறது.

மதம் ஏதோவொரு வடிவில் எல்லாவிதங்களிலும் ஒடுக்குமுறை கருவியாக இருக்கிறது.

சூரியன் தான் பூமியை சுற்றிச் சுற்றி வருகிறது என்று பலரும் நினைத்துக் கொண்டிருந்தார்கள். அதனால் தான் உலகில் இரவும் பகலும் ஏற்படுகிறது என நினைத்தார்கள்.

இந்த நேரத்தில், இல்லை பூமிதான் தன்னைத் தானே சுற்றுகிறது என்று கண்டுபிடித்தார் ஒரு அறிவியளாளர். அவர் சொன்னதை மதகுருமார்கள் மறுத்தார்கள்.

சொன்னவரை விசாரிக்க ஒருபெரிய குழுவை அமைத்தார்கள். அதில், முதல் குற்றச்சாட்டை கடவுளை அவமதிக்கிறீர்கள் நீங்கள் என்பதாக தான் இருந்தது.

கடவுள் பொருட்களை இன்னது இப்படித்தான் இருக்க வேண்டும். இயங்க வேண்டும் என படைத்து விட்டார். அதற்கு மாறாக பொருட்கள் இப்படித்தான் இயங்குகின்றன என மாற்றி சொன்னால், மத குருமார்களுக்கு கோபம் வந்து விடுகிறது.

கடவுளை இந்த பொருள்முதல்வாதி நிர்பந்திக்கிறார் என்று குற்றம் சாட்டுகிறார்கள்.

இதனால், கண்டுபிடிப்பில் ஒருதேக்க நிலை உலகத்தில் மிக நீண்ட நாட்களாக நீடித்தது. அதுவும் சலிப்பூட்டும் விதமாய் இருந்து வந்தது. அப்படியும் கூட அறிவியலாளர்கள் உயிரை துச்சமென நினைத்து புதிய கண்டுபிடிப்புகள் கொண்டு வருவதில் ஆர்வம் காட்டினார்கள்.

அரிஸ்டாட்டில் என்பவர் பிளாட்டோவின் சீடர். இவர் ஆன்மீகவாதியாக இருந்தார்.

இருந்தாலும் இவரது கண்டுபிடிப்பு அறிவியலை தொட்டிருந்தது. அன்றைய காலத்தில், புதிதாய் வளர்ந்து வந்த இளம் விஞ்ஞானிகள் அறியாத பல விஷயங்களை தொகுத்து கொடுத்தார்.

அவரது கருத்தின் தாக்கம் மேலைநாடுகளில் நீண்ட காலம் தொடர்ந்தது என்கிறார்கள். பொருள் என்கிற வரையறையை இவரது கோணத்தில் புரிந்து கொண்டவர்கள் ஏராளம்.

அப்படியும் கூட ஐரோப்பிய நாடுகளில் ஆன்மீகத்திற்கும், பகுத்தறிவுக்கும் 11 மற்றும் 12 ம் நூற்றாண்டுகளில் கடுமையான போராட்டம் நடந்து வந்திருக்கிறது.

அதன் பிறகு, 15ம் நூற்றாண்டிலும் 16ம் நூற்றாண்டிலும் பிரித்தானிய பொருள்முதல்வாதமும் பிரெஞ்சு பொருள்முதல்வாதமும் பிறந்தன. ஆங்கிலேய பிரித்தானிய பொருள்முதல்வாதத்திற்கு பேகனும் பிரெஞ்சு பொருள்முதல்வாதத்திற்கு தெகார்த்தோவும் காரணமானார்கள்.

இப்படி வலர்ந்து வந்த கார்ல் மார்க்சுக்கு முந்தைய பொருள்முதல்வாதம் இறுதியில் பாயர்பாக் என்பவரிடம் வந்து நின்றது.

உலக வரலாற்றில் முதலாளித்துவர்க்கம் முன்னேறி வரும் வர்க்கமாக ஒருகாலத்தில் குறிப்பாய் அசுர வேகத்தில் அறிவியல் வளர்ச்சி சமயத்தில் இருந்தது.

நாம் முன்பே பார்த்த மாதிரி எப்போதெல்லாம் அறிவியல் வளர்ச்சி முன்னேற்றம் அடைகிறதோ, அப்போதெல்லாம் பொருள்முதல்வாதம் முன்னேறியது.

எனவே, பொருள்முதல்வாதம் விஞ்ஞான அடிப்படையை கொண்டிருக்கிறது.

பொருளைப் பற்றிய அறிவு வரலாற்றில் ஒவ்வொரு காலகட்டத்திலும் ஒவ்வொரு மாதிரி இருந்த வண்ணம் உள்ளது.

மனிதனின் தொடக்க காலத்தில் மானுட சிந்தனை குறிப்பாக மூளை என்ற பகுதி தன் ஆற்றலை பெருக்கியதற்கு முதல் காரணம் உடல் உழைப்பு.

மனிதக் குரங்கிலிருந்து தான் மனிதன் மாறி வந்திருக்கிறான். அவன் உழைப்பு நடவடிக்கையில் ஈடுபட ஈடுபட மூளையின் ஆற்றல் விரிவடைந்து கொண்டே போகிறது.

இன்றைக்கும் அதான் உண்மை. அப்படி வளர்ச்சியடைந்த மனித மூளை இயற்கையை புரிந்து கொள்ள முயற்சிக்கும் போதுதான் விஞ்ஞானம் வளர்கிறது.

குறிப்பாக, இயற்கையை பற்றிய அதிசயங்களை அறிவுப் பூர்வமாக பார்ப்பதை ஒவ்வொரு துறையும் தன்னளவில் வளர்ந்தால் மட்டுமே செய்ய முடியாது.

அதன் சார்பில் இருக்கும் மற்ற அறிவியல் அம்சங்களை தெரிந்து கொள்ள வேண்டும்.

பூமி உருண்டையாக இருக்கிறது என்பதை தெரிந்து கொள்ளவே மனிதனுக்கு பலகாலம் பிடித்தது.

பொருள்முதல்வாதி என்பவனால் ஆதாரம் இல்லாமல் எதையும் பேச முடியாது. அவன் அறிவியல் உண்மைகளை தெரிந்து கொள்ள அவன் காணும் ஒவ்வொரு பொருளின் மீதும் கவனம் செலுத்துகிறான். அந்த பொருட்கள் இயங்குவதில் ஒருதியரி அதாவது கோட்பாடு இருக்கிறது என்பதை புரிந்து கொள்கிறான்.

நீராவி இயந்திரம் மற்றும் இயந்திர தறிகள் ஆகியவை முதலாளி வர்க்கத்திற்கு முதுகெலும்பாய் அமைந்தன. இந்த கண்டுபிடிப்புகள் நிகழந்த நூற்றாண்ட்டில் பொருள்முதல்வாதம் எப்படியிருந்தது?

பாயர்பாக் என்பவர் பற்றி பேசும் போது மார்க்சிய ஆசான்கள் இவர்தான் பொருள்முதவாத கண்ணோட்டத்தை அதற்குரிய இடத்தில் ஏற்றி வைத்தவர். என்றாலும், மார்க்ஸ், ஏங்கெல்ஸ் ஆகியோகரின்

பொருள்முதவாதமும் பாயர்பாக்கின் பொருள்முதல்வாதமும் ஒன்றல்ல.

உண்மையாக சொல்ல வேண்டுமானால், பாயர்பாக்கின் பொருளாதார கோட்பாடு கருத்துமுதல்வாதத்திற்குள்ளும் மதம் தொடர்பான தார்மீக நெறிமுறைகளுக்கும் சிக்கி கிடந்தது.

மார்க்சும், ஏங்கெல்சும் இதையெல்லாம் விலக்கி விட்டு பாயர்பாக்கின் பொருள்முதல்வாதத்தின் உள்சாராம்சத்தை எடுத்து, அதை அறிவியல் கோட்பாடாகவே வளர்த்தார்கள்.

பாயர்பாக் அடிப்படையில் பொருள்முதல்வாதியாக இருந்தாலும் பொருள்முதல்வாதம் என்ற பெயரையே மறுத்தார்.

பாயர்பாக் பொருள்முதல்வாதத்தை அடிப்படையாக கொண்டிருந்தாலும் பரம்பரையான கருத்துமுதல்வாத விலங்குகளால் கட்டுண்டு இருந்தார். பாயர்பாக் மதத்தைப் பற்றியும் ஒழுக்கத்தைப் பற்றியும் கொண்டிருந்த கருத்துக்களை தொகுத்துப் படித்தாலே அவரது கருத்துமுதல்வாதம் வெட்ட வெளிச்சமாகும். (லுத்விக் பாயர்பாக்கும் மூலச் சிறப்புள்ள ஜெர்மன் தத்துவத்தின் *முடிவும்)* என்ற நூலில் ஏங்கெல்ஸ் இப்படி கூறுகிறார்.

பொருளுக்கும் சிந்தனைக்குமான தொடர்பு என்ன? என்பதுதான் அடிப்படையான கேள்வி.

சிந்தனைக்கு வெளியே பொருள் இருக்கிறது. பொருளின் இருப்பால் தான் சிந்தனை தோன்றுகிறது இப்படி பேசும் பொருள்முதல்வாதிகளும் இல்லையில்லை சிந்தனைதான் பொருளை தோற்றுவிக்கிறது என்று சொல்லும் கருத்துமுதல்வாதிகளுக்குமான போராட்டம் பல்லாண்டுகளாக ஒரே இடத்தை சுற்றி வருவதாக தோன்றினாலும் அவை உண்மையில்லை.

அறிவியல் வளர வளர மானுடம் தன்னை பொருள்முதல்வாதத்தின் பக்கம் நிலை நிறுத்திக் கொள்கிறது.

கருத்துமுதல்வாதம் தன்னை வேறுவேறு வடிவங்களில் முன்நிறுத்திக் கொள்கிறது.

பண்டைய காலத்திலிருந்து படிப்படையாய் முன்னேறி வந்த பொருள்முதல்வாதம் அறிவியல் காலத்திலுக் கூட கையறு நிலையில் சிக்கிக் கொள்கிறது.

பொருள்தான் சிந்தனைக்கு அடிப்படை. பொருள் தோன்றிய பின்னால் தான் பல பரிமாண மாற்றங்களில் ஜீவராசிகள் தோன்றி மனிதன் குரங்கிலிருந்து மாறி வந்தான் என்று நாம் சொல்லும் போது, சிலர் கேட்கிறார்கள் இன்று ஏன் குரங்கு மனிதனாக மாறுவதில்லை? என்று.

பரிமாண வளர்ச்சி என்பது வரலாற்றை பின்னோக்கி இழுக்காது. மனிதன் குரங்கிலிருந்து மாறிய கட்டம் முடிந்து விட்டது. இனி அந்த காலம் வராது.

இப்படி பேசுபவர்கள் குதர்க்கவாதிகள். எல்லா காலத்திலும் மாற்றம் என்பது திரும்பத் திரும்ப ஒரேமாதிரி நிகழாது. மேலோட்டமாகப் பார்த்தால் பலருக்கும் அப்படி தோன்றலாம்.

இயந்திரம் போல அச்சில் சுழல்வதல்ல, மனித குல நிகழ்வுகள். அவற்றில் வளர்ச்சிக்கான மாற்றம் தொடர்ந்து கொண்டேயிருக்கிறது.

பொருள்முதல்வாத சிந்தனை எப்படி மாறிக் கொண்டே வந்திருக்கிறது என வரலாற்றை திரும்பிப் பார்த்தால் அவை இயல்பான இயக்கப் போக்கில் தன்னை மாற்றிக் கொண்டிருக்கிறது என்பது புலப்படும்.

இந்த இயக்கத்தை ஒருவன் இயந்திரத்தை இயக்குவது போல யாரும் இயக்கவில்லை. அது இயற்கையில் இருக்கும் இயல்பு நிலை. இதை ஏன் இந்த சந்தர்ப்பத்தில் சொல்ல வேண்டியதிருக்கிறது என்பதை பார்ப்போம்.

கருத்துமுதல்வாதிகளில் சிலர் சொல்கிறார்கள், பொருட்கள் இயற்கையாக உருவானதை ஒப்புக் கொள்கிறார்களாம். ஆனால், அதற்கு உயிர் கொடுத்தது கடவுளாம்.

கௌதம முனிவர் தன் மனைவி அகலிகை இந்திரனுடன் கூடி, தனக்கு துரோகம் செய்து விட்டாள் என்று நினைத்து அவளை கல்லாக போகும் படி சபிக்கிறார்.

அப்படி கல்லாக மாறிய அகலிகை மிக நீண்டகாலம் கழித்து பகவான் ஸ்ரீராமன் கால்பட்டு மீண்டும் மனிதப் பிறவியாக உருவெடுத்தாள் என்பது இதிகாச கதை.

அப்படி இந்த உலகில் தோன்றிய பொருட்கள் அனைத்தும் இயற்கையாகவே தோன்றின என்று எடுத்துக்

கொண்டாலும், அவற்றுக்கு உயிர் கொடுத்தது கடவுள் என்பது கருத்துமுதல்வாதிகளின் வாதம்.

உண்மை என்னவென்றால், இயங்காத எந்த பொருளும் ஜீவனுள்ளதாக இருக்காது. அப்படி இயங்காதவை செத்து விடும். நாம் வாழும் இந்த பூமியை எடுத்துக் கொண்டால், அது அந்தரத்தில் ஆடாமல், அசையாமல் அப்படியே சிலை போல நிற்கவில்லை. அப்படி யார் சொன்னாலும் அது கருத்துமுதல்வாதம்தான்.

பூமி ஒரு கணம் கூட இயங்காமல் நிற்கவில்லை. சுழன்றபடி தன்னைத் தானே சுற்றிக் கொண்டு சூரியனையும் சுற்றி வருகிறது.

இந்த உண்மையை ஆய்வாளர்கள் ஒத்த கருத்தில் சொல்கிறார்கள். ஆனால், முதலில், பொருட்கள் இயங்காமல் கிடந்தன. அதன் பின்னால் கடவுள் வந்து முடிக்கி விட்டதால் இயங்குகின்றன என்பது கட்டுக் கதை.

பொருளின் இயக்கம் என்பதைக் கூட கருத்துமுதல்வாதிகளால் தவறாக கற்பிக்கப்படுகிறது.

அதாவது, ஒருமேசையையோ நாற்காலியையோ நாம் நகர்த்தி வைக்கிறோமே அதுவல்ல இயக்கம். இயல்பாய் ஒருபொருளுக்குள் நடப்பதே இயக்கம்.

ஒருமரத்தை வெட்டி வீழ்த்தி விட்டு, அதை துண்டு துண்டாக அறுத்து ஓரிடத்திலிருந்திலிருந்து இன்னொரு இடத்துக்கு வாகனங்களில் கொண்டு செல்கிறார்களே அதுவல்ல இயக்கம்.

வெட்டப்பட்ட அந்த மரம் அதற்கு முன்னால் எப்படியிருந்தது? செடியாகவும் அதற்கு முன்னால் விதையாகவும் இருந்தது. விதை முளைத்து செடியாகி மரமாவது தான் இயல்பான இயக்கம்.

மரத்தை வெட்டி அப்புறப்படுத்துவதல்ல இயக்கம். அப்புறப்படுத்தப்பட்ட மரம் ஒருதச்சர் வசம் போய் சேருகிறது என்று வைத்துக் கொள்வோம்.

அவர் மரத்தை செப்பனிட்டு உளி கொண்டு சீவி ஒருநாற்காலி செய்கிறார். இதுவும் இயக்கம் தான். ஆனால், இயல்பான இயக்கம் இல்லை. ஒருஅந்நிய சக்தியின் தலையீடு அல்லது ஒருமனிதனின் தலையீடு.

இது எப்படி பொருள் இயக்கமாகும். கடவுள் அல்லது ஆன்மா ஏற்கனவே தோன்றிய பொருளை இயக்கி வைத்தது என்று சொல்வது இயக்கம் அல்ல. சரி, தச்சனால் மரத்துக்கு நேரும் நாற்காலி வடிவத்தை என்ன சொல்வீர்கள்? அது இயந்திர வகைப்பட்டதான இயக்கமே தவிர, இயக்கவியல் வகை இயக்கம் அல்ல, நம் சிந்தனைக்கு வெளியே இருக்கும் பொருள் இயக்க நிலையில் உள்ளது என்பதே பொருள்முதல்வாதம்.

இப்படி அந்நிய சக்தி அல்லது ஒருமனிதனின் தலையீட்டால் நடைபெறுவது பொருள்முதல்வாத வகைப்பட்ட பொருள் அல்ல,

உதாரணமாக, ஒருபந்தை நாம் உருட்டி விளையாடுகிறோம். கிரிக்கெட்டில் மட்டையால் ஒருபந்தை அடிக்கிறார்கள். அது பறந்து போய் எங்கோ விழுகிறது. இந்த இயக்கம் இயல்பானதல்ல.

நாம் ஒருவாகனத்தை ஓட்டிச் சென்று வேறொரு இடத்தை அடைகிறோம் இதுவும் இயக்கமல்ல.

ஒருமலரிலிருக்கும் மகரந்தம் யாருடைய தலையீடும் இல்லாமல் இன்னொரு பூவில் சேர்கிறதே அதுவே இயக்கம்.

கடவுள் உலகை படைத்தார். அவர் நினைத்தால் படைத்ததை அழிக்க முடியும். கடவுள் உலகத்தை இயக்கினார். அவர் நினைத்தால் உலகத்தை நிறுத்த முடியும்.

இப்படி ஒருதிரைப்படக் காட்சி கூட இருக்கிறது. சிவபெருமான் வேஷத்தில் வரும் சிவாஜிகணேசன் 'நான் அசைந்தால் அசையும் அகிலெமெல்லாமே..' என்று மரம் செடி கொடிகளின் இயக்கத்தை சிலவிநாடிகள் நிறுத்திக் காட்டுவார்.

ஆரம்ப காலத்திலிருந்து மனிதனின் பொருள் பற்றிய கருத்துக்களை தொகுத்துப் பார்த்தால், அவன் முதலில் ஆன்மாவே உருவத்தில் தான் இருக்கிறது என்று நினைத்தான்.

பொருட்கள் அணுக்களால் ஆனதுதான். ஆனால், அணுக்கள் எண்ணெ போல் வழவழப்பாக இருக்கும் என்று நினைத்தான்.

மனிதவுடல் கடினமான அணுக்களாலானது. ஆன்மா மட்டுமே மெல்லிய அணுக்களால் உருவானது.

மேலும், குண்டான மனிதனுக்கு ஒல்லியான பலவீனமான ஆன்மாவும், ஒல்லியான மனிதனுக்கு பலம் வாய்ந்த ஆன்மாவும் இருக்கிறது என நம்பினான்.

இப்படிப்பட்ட பொருள்முதல்வாதத்தின தோற்றத்திலும் வளர்ச்சியிலும் கணந்தோறும் மாறுதல்கள் தற்போதும் நடந்து கொண்டே இருக்கின்றன. இதில், ஒரு இயல்பான இயக்கம் இருக்கிறது.

இன்னொன்றும் சொல்ல வேண்டும். கருத்துமுதல்வாதமும் கூட பொருள்முதல்வாதத்தின் வழியேதான் தன்னை வளர்த்துக் கொண்டது. பொருள் மனதுக்குள் இருக்கிறது என்ற சொன்ன கருத்துமுதல்வாதம் பொருள் சிந்தனைக்கு வெளியே இருக்கிறது என்று நிரூபிக்கப்பட்டதும் ஆமாம் என்று ஒப்புக் கொண்டு அடுத்த கட்டத்திற்கு சென்றது. எப்படியென்றால், ஆமாம் அந்த பொருளை கடவுள் தான் படைத்தார் என்று கையை தூக்கியது.

பொருள்முதல்வாதம் என்பது பொருட்களை இயங்கும் நிலையில் வைத்துப் பார்க்க தூண்டுவது. அந்த இயக்கம் நாம் முன்பு சொன்னது போலவே இயந்திர வகைப்பட்டது அல்ல.

ஆதாம், ஏவாளை படைத்த கடவுள் அதற்கு முன்னால், உலகத்தைப் படைத்தான் என்கிறார்கள்.

அதற்கு முன்னால், உலகம் எப்படியிருந்தது? அசையாத நிலையில் இருந்ததா? அப்படி அசையாத நிலையில் உலகம் இருக்க முடியுமா? என்ற கேள்வி எழுகிறதல்லவா?

இன்னும் சிலர் சொல்கிறார்கள். நான் ஒருகட்டிடத்தை பார்க்கிறேன். அது பல்லாண்டுகளாக அசையாத நிலையில் அப்படியே தான் இருக்கிறது. அன்று பார்த்த பில்டிங் இன்னும் அப்படியே இருக்கிறது என்று சொன்னால் நம்ப முடியுமா?

அந்த பில்டிங்கிலிருந்து ஒருகல் கூட பெயரவில்லை என்று யாராலாவது சொல்ல முடியுமா?

நிச்சயம் அப்படி சொல்ல முடியாது. நீங்கள் பார்த்த கட்டிடம் புதியதில் இருந்த போது எப்படியிருந்ததோ அப்படி தற்போது இல்லை. அதன் நிறம் மங்கி தெரிகிறது.

கட்டிடத்தின் சுவர்களில் பறவைகள் எச்சமிட்டத்தில் ஏதோவொரு செடி முளைத்திருக்கிறது.

என் தாத்தா காலத்தில் செய்த நாற்காலி இது. அப்படியே இருக்கிறது என்று சொன்னால் நம்ப முடியுமா?

நான் ஐந்து வருடங்களுக்கு முன்னால் எடுத்த சட்டை நிறம் மங்காமல் அப்படியே இருக்கிறது பாருங்கள் என்று யாராவது சொன்னால் நம்ப முடியுமா? கையில் தையல் விட்டிருக்கிறது. பட்டன் பிய்ந்திருக்கிறது என்றெல்லாம் சொல்ல முடியும் அல்லவா?

எனவேதான், அரிஸ்டாட்டில் என்ற அறிஞர் சொன்னார் 'ஒரே நதியில் ஒருவனால் எப்போதும் குளிக்க முடியாது' என்று. இதற்கு பொருள் நதியில் தண்ணீர் ஓடிக் கொண்டேயிருக்கிறது. அது நிமிடத்துக்கு நிமிடம் மாறிக் கொண்டேயிருக்கிறது. பொருட்களை இயங்கா நிலையில் வைத்துப் பார்ப்பது பொருள்முதல்வாதம் ஆகாது. இப்படிப்பட்டவர்கள் கருத்துமுதல்வாதிகள் வகையை சேர்ந்தவர்களே. ஒருமுறை தோழர் ஒருவர் பொதுக்கூட்டமொன்றில் போலீசை திட்டிப் பேசியதால் காவல் நிலையத்தில் கூப்பிட்டு விசாரித்தார்கள்.

போலீஸ் அதிகாரி 'ஏன் எங்கள் இலாகாவை இப்படி கடுமையாக தாக்குகிறீர்கள்? இந்த அரசாங்கம் சொல்வதை தானே நாங்கள் செய்கிறோம். நாளைக்கு நீங்கள் ஆட்சிக்கு வந்தாலும் உங்களது உத்தரவுபடி நாங்கள் செயல்படுவோம்' என்று சொன்னார்.

எப்படியிருக்கிறது பார்த்தீர்களா? பாட்டாளி வர்க்க அரசில் இந்த போலீசை பதவியில் கம்யூனிஸ்ட்டுகள் வைத்திருப்பார்களா? பிற்போக்குத்தனமான அடிமை போலீஸ் தூக்கியெறியப்பட வேண்டியவர்கள் அல்லவா?

இப்படித்தான் கருத்துமுதல்வாதிகள் எல்லா காலத்திலும் நாமே போலீசாக இருப்போம் என்று நினைக்கிறார்கள்.

கம்யூனிஸ்ட்டுகள் நாங்கள் பாட்டாளி வர்க்க அரசு அமைப்போம் என்று சொல்கிறதை வைத்து சிலர் சொல்கிறார்கள் அரசு என்பதே அடக்குமுறை கருவிதான். கம்யூனிஸ்ட்டுகள் அதே அடக்குமுறை கருவியைத்தான் தங்கள் காலத்திலும் கையில் வைத்திருப்பார்கள் என்று.

முதலாளித்துவ அரசுக்கும் பாட்டாளி வர்க்க அரசுக்கும் வேறுபாடு இருக்கிறதல்லவா?

இரா. பாரதிநாதன்

முதலாளித்துவ அரசில் பாட்டாளிகள் ஒடுக்கப்படுவார்கள். பாட்டாளி வர்க்க அரசில் முதலாளிகள் ஒடுக்கப்படுவார்கள். இரண்டுக்கும் இருக்கும் வித்தியாசத்தை உணராமல், இயங்காவியல் கருத்து முதல்வாதிகள் அரசென்றால் ஒன்றுதான் என்று கூப்பாடு போடுகிறார்கள்.

உலகம் படைக்கப்பட்டது என்பதை ஒருவாதத்திற்கு ஒப்புக் கொண்டாலும் அது அன்றிலிருந்து இன்று வரை ஒரேமாதிரி இருக்கிறது என்று சொன்னால் நம்ப முடியுமா?

இயக்கமும் மாற்றமும் ஏற்பட்டுக் கொண்டேதானே இருக்கிறது. கடவுளால் படைக்கப்பட்ட அந்த முதல் மனிதன் தான் இன்றும் இருக்கிறானா? என்றெல்லாம் கேள்விகள் வருகிறதல்லவா?

பிறத்தலும் இறத்தலும் தொடர்ந்து நடந்து கொண்டேயிருக்கின்றனவே அது எப்படி?

கருத்துமுதல்வாதிகள் எல்லாம் கடவுள் செயல் என்று கூறக் கூடும். ஆனால், பொருள்முதல்வாதிகள் அவர்களைப் போல அல்ல. ஒருபொருளில் வேறுபட்ட தன்மையை ஆராய்கிறார்கள். அதன் தோற்றம், வளர்ச்சி, குணங்கள் என எல்லாவற்றையும் தங்கள் ஆய்வுக்கு உட்படுத்துகிறார்கள். அவர்களுக்கு விஞ்ஞானமே அடிப்படை.

நாம் இப்படி சொன்னதும் கருத்துமுதல்வாதிகள் கேட்கிறார்கள் 'சரியப்பா, பொருள்முதல்வாதிகளான உங்கள் பார்வையிலேயே பொருட்களில் இயக்கமும் மாற்றமும் இருந்து கொண்டே இருக்கின்றன. ஆனால், சமுதாய மாற்றத்தை கொண்டு வருவோம் என்கிறீர்களே! அப்படியானால், சமுதாயம் என்ன பொருளா?' என்று.

ஆம், அதனால்தான் சமுதாயத்தை பருப்பொருள் என்கிறார்கள் மார்க்சிய ஆசான்கள்.

உடனே கருத்துமுதல்வாதிகள் கேட்கிறார்கள் 'ஐம்புலன்களாலும் உணர முடிவதற்கு பெயர்தான் பொருள் என்கிறீர்கள். நீங்கள் சொல்லும் பருப்பொருளான சமுதாயத்தை ஐம்பொருட்களால் உணர முடிகிறதா?' என்று.

நிச்சயம் உணர முடிகிறது. மனிதனின் ஐம்புலன்களாலும் சமுதாயம் உணரப்பட்டுக் கொண்டேதான் இருக்கிறது. சரி,

கருத்துமுதல்வாதியே உனக்கு இந்த சமூகம் மாயை அல்லவா? உன்னால், எல்லாம் மாயை என்று கண்ணை மூடிக் கொண்டு கிணற்றில் விழ முடியுமா?

உடனே கருத்துமுதல்வாதி கூறுகிறார் 'அதெப்படி முடியும். உயிருக்கு ஆபத்தாச்சே" என்று.

அப்படியானால் கிணறு இருப்பதை ஒப்புக் கொள்கிறாய். கண்ணை மூடிக் கொண்டு எதுவும் இல்லை என்று திரிந்தால் அதில், விழுந்து சாவாய் அல்லவா?'

கருத்துமுதல்வாதி இப்படி கேட்டால், நைசாக அந்த இடத்தை விட்டு நகர்ந்து விடுவார்,

இந்த பிள்ளையார் சதுர்த்தி சமயத்தின் போது விநாயகருக்கு கொழுக்கட்டை செய்து வைப்பவர்கள் விநாயகரின் வாகனமான சுண்டெலிக்கு மருந்து வாங்க மறப்பதில்லை.

சாராம்சத்தில், எல்லா கருத்துமுதல்வாதிகளும் நடைமுறையில் பகுத்தறிவாதிகளாகவே இருக்கிறார்கள்.

கருத்துமுதல்வாதிகள் பொருளை ஒற்றைத் தன்மையாக பார்ப்பவர்கள் பழமையை விடாப்பிடியாக பிடித்து தொங்கிக் கொண்டிருப்பவர்கள். உலகம் படைக்கப்பட்டதை போலவே இன்றும் இருக்கிறதா?

சூரியனில் எந்த மாற்றமும் இல்லையா? மற்ற நட்சத்திரங்களும் அப்படியே அப்படியே இருக்கின்றனவா? இதற்கெல்லாம் கருத்துமுதல்வாதிகளிடம் எந்த பதிலும் இருக்காது.

இந்த இயங்காவியல் கருத்துமுதல்வாதிகள்தான் குலத்தொழில், சாதி, மனுநீதி என்றெல்லாம் பிதற்றுகிறார்கள்.

இன்னும் சிலர் சாதி ஒழிந்தால் தான் சமத்துவம் மலரும் என்கிறார்கள். அது உண்மையல்ல, வர்க்கப் புரட்சி ஏற்பட்டாலே ஒழிய பொருளாயத சமூகத்தில் மேற்கட்டுமானம் ஆகிய சாதி ஒழியாது. இதுவே, பொருள்முதல்வாதத்தின் அடிப்படை.

●

இரா. பாரதிநாதன்

சந்தியா
பதிப்பகம்

எழுத்தாளர் பாரதிநாதன் சேலம் மாவட்டம் ஜலகண்டாபுரத்தை சேர்ந்தவர். தற்போது சென்னையில் வசிக்கிறார். நீண்ட காலம் தொழிற்சங்கம் மற்றும் மார்க்சிய லெனினிய இயக்கங்களில் பங்கு பெற்று வர்க்கப் போராட்ட அனுபவங்களை பெற்றிருக்கிறார். இவர் இதுவரை 15க்கும் மேற்பட்ட புத்தகங்களை எழுதியிருக்கிறார். அவை நாவல்கள், சிறுகதை, கவிதை தொகுப்பு மற்றும் கட்டுரைகள் என்ற விரிந்த தளத்தில் இருக்கின்றன. இவரது முதல் நாவலான 'தறியுடன்...' திரைப்படமாகி இருக்கிறது. இயக்குனர் வெற்றிமாறன் தயாரிப்பில், இயக்குனர் மணிமாறன் இயக்கத்தில், 'சங்கத்தலைவன்' என்ற பெயரில் வெளிவந்தது. இவரது மார்க்சியத்தை எளிமையாக விளக்கும் புத்தகங்கள் பல்வேறு இடதுசாரி இயக்கங்களில் அரசியல் வகுப்புக்கென பயன்பட்டுக் கொண்டிருக்கின்றன. மேலும், வாசகர்கள் மத்தியில் இவரது நூல்கள் மிகுந்த வரவேற்பை பெற்றுக் கொண்டிருக்கின்றன. சுமார் பத்தாண்டுக்களாக எழுதி வரும் இவர் குறிப்பிடத்தக்க மார்க்சிய எழுத்தாளர் ஆவார்.